നിന്നിൽത്തന്നെ വിശ്വസിക്കുക

നിന്നിൽത്തന്നെ വിശ്വസിക്കുക

ഡോ. ജോസഫ് മർഫി

പരിഭാഷ
ശ്രീകുമാർ എ. ടി

MANJUL
മഞ്ജുൾ പബ്ലിഷിങ് ഹൗസ്

First published in India by

MANJUL

Manjul Publishing House

Corporate and Editorial Office

•2 Floor, Usha Preet Complex, 42 Malviya Nagar, Bhopal 462 003 – India

Sales and Marketing Office

•C-16, Sector 3, Noida, Uttar Pradesh 201301 – India

Website: www.manjulindia.com

Distribution Centres

Ahmedabad, Bengaluru, Kochi, Kolkata, Chennai, Hyderabad, Mumbai, New Delhi, Pune

Malayalam translation of

Believe in Yourself by *Dr Joseph Murphy*

This edition first published in 2019

Eighth impression 2025

ISBN 978-93-89143-18-8

Printed and bound in India by Repro India Limited

Translation by Sreekumar A.T.

ഉള്ളടക്കം

അദ്ധ്യായം ഒന്ന്

നിങ്ങളുടെ സ്വപ്നങ്ങളെ സത്യമാക്കുക

ജോസഫ് എന്ന വാക്കിന് ബൈബിളിലുള്ള അർത്ഥം "അച്ചടക്കമുള്ള അല്ലെങ്കിൽ നിയന്ത്രിതമായ ഭാവന" എന്നാണ്. മനസ്സിന്റെ ആദിമമായ കഴിവുകളിൽ ഒന്നാണത്. നിങ്ങളുടെ ആശയങ്ങളെ പ്രക്ഷേപിക്കാനും അണിയിച്ചൊരുക്കാനും അതിനു കഴിയും. അതവയ്ക്ക് ഒരു വേദിയിലോ സ്ഥലത്തോ ദൃശ്യതയൊരുക്കിക്കൊടുക്കുന്നു.

ഇസ്രായേൽ ജോസഫിനെ സ്നേഹിച്ചു. ഇസ്രായേൽ എന്നാൽ ആത്മീയമായി ഉണർന്ന മനുഷ്യൻ എന്നാണ്. അവൻ നിയന്ത്രിതമായ ഭാവനയുടെ കരുത്ത് അറിയുന്നു. 'അവന്റെ വാർദ്ധക്യത്തിന്റെ പുത്രൻ' എന്നതിനെ വിളിക്കാം. മകൻ എന്നു പറഞ്ഞാൽ 'ആവിഷ്കാരം' എന്ന് അർത്ഥമാകുന്നു. വാർദ്ധക്യം എന്നതുകൊണ്ട് അനുമാനിക്കപ്പെടുന്നത് വിവേകവും മനസ്സിന്റെ നിയമങ്ങളെപ്പറ്റിയുള്ള ജ്ഞാനവുമാണ്. നിങ്ങൾ ഭാവനയുടെ ശക്തിയുമായി പരിചിതനാകുമ്പോൾ, നിങ്ങളതിനെ 'നിങ്ങളുടെ വാർദ്ധക്യത്തിന്റെ പുത്രൻ' എന്ന് വിളിക്കുന്നു.

വയസ്സ് എന്നാൽ വർഷങ്ങളുടെ പറന്നു പോക്കല്ല. അത് സത്യത്തിൽ നിങ്ങൾക്കുള്ളിലെ വിവേകത്തിന്റെയും ദിവ്യജ്ഞാനത്തിന്റെയും ഉദയമാണ്. മഹത്തുക്കളായ ശാസ്ത്രജ്ഞർ, കലാകാരന്മാർ, ഊർജ്ജതന്ത്രജ്ഞർ, വാസ്തുവിദഗ്ദ്ധർ, ശാസ്ത്രീയ കണ്ടുപിടുത്തക്കാർ, മിസ്റ്റിക്കുകൾ എന്നിവർ ഉപയോഗിക്കുന്ന കരുത്തുറ്റ ഉപകരണമാണ് ഭാവനയെന്നത്. 'അത് അസാദ്ധ്യമാണ്, അത് ചെയ്യാൻ കഴിയില്ല'

എന്ന് ലോകം പറയുമ്പോൾ, 'അതിതാ ചെയ്തുകഴിഞ്ഞു' എന്ന് ഭാവനാശാലിയായ മനുഷ്യൻ പറയും. നിങ്ങളുടെ ഭാവന വഴി നിങ്ങൾക്ക് യാഥാർത്ഥ്യത്തിന്റെ ആഴങ്ങൾ തുളച്ചു കയറിച്ചെന്ന് പ്രകൃതിരഹസ്യങ്ങൾ വെളിപ്പെടുത്താനും പറ്റും.

താൻ ഒരു ചെറിയ കട തുടങ്ങിയ ചരിത്രം ഒരിക്കൽ ഒരു വലിയ വ്യവസായി എന്നോട് പറഞ്ഞു. താൻ എന്നും കാണുന്ന ഒരു സ്വപ്നത്തെപ്പറ്റി (ഉൽപ്പത്തി പുസ്തകത്തിലെ ജോസഫ് സ്വപ്നം കാണുന്നവനായിരുന്നു) അയാൾ വിശദീകരിച്ചു. രാജ്യമെങ്ങും ശാഖകളുള്ള ഒരു കോർപ്പറേഷനെയാണ് അയാൾ എന്നും സ്വപ്നം കാണാറുള്ളത്. സ്ഥിരമായും, ക്രമബദ്ധമായും താൻ തന്റെ മനസ്സിൽ വലിയ കെട്ടിടങ്ങളുടെ ചിത്രം കല്പ്പന ചെയ്യാറുണ്ടെന്നും അയാൾ കൂട്ടിച്ചേർത്തു. ഓഫീസുകളും ഫാക്ടറികളും സ്റ്റോറുകളുമൊക്കെ അയാളുടെ മനസ്സിൽ വരും. മനസ്സിന്റെ നിഗൂഢമായ ആൾക്കെമി വിദ്യയറിയുന്ന അയാൾ തന്റെ സ്വപ്നത്തെ അണിയിക്കാനുള്ള വസ്ത്രം തുന്നിയെടുക്കും.

അയാൾ പുരോഗതി പ്രാപിച്ചു. സ്വയം ഒരു ആകർഷണ കേന്ദ്രമായി പ്രാപഞ്ചികമായ ഒരാകർഷണനിയമത്താൽ. ആശയങ്ങളും ഉദ്യോഗസ്ഥ സഞ്ചയവും സുഹൃത്തുക്കളും പണവും അടക്കം തന്റെ ആദർശത്തിന്റെ സാക്ഷാത്കാരത്തിനാവശ്യമായ സർവ്വതും അയാളുടെ അരികിലേക്ക് വന്നു. തന്റേതായ ഒരു ഭാവനയെ ഉണ്ടാക്കിയെടുക്കുകയും അതിനെ സത്യത്തിൽ പ്രയോഗിക്കുകയും ചെയ്തു അയാൾ. ഇപ്പോൾ ഈ മാനസികക്രമങ്ങൾ ഉള്ളിൽക്കൊണ്ട് അയാൾ ജീവിക്കുന്നു. തന്റെ ഭാവനകൊണ്ട് അവയ്ക്ക് രൂപങ്ങളുടെ ആവരണങ്ങൾ നൽകി മുന്നോട്ടുപോകുന്നു.

അയാൾ പറഞ്ഞ ഒരു അഭിപ്രായപ്രകടനത്തോട് എനിക്ക് പ്രത്യേകമൊരിഷ്ടമുണ്ട്. അതിതാണ്: 'നിങ്ങൾ വിജയിയാണെന്ന് സങ്കൽപ്പിക്കുന്നത് വളരെ എളുപ്പമാണ്. എന്നാൽ

തോൽവിയെപ്പറ്റി ഭാവനചെയ്യുന്നത് കൂടുതൽ രസകരമാണ്'.

ജോസഫ് ഒരു സ്വപ്നജീവിയാകുന്നു സ്വപ്നങ്ങളുടെ സ്വപ്നങ്ങൾ കാണുന്നവൻ.

അയാളുടെ മനസ്സിൽ കാഴ്ച്ചപ്പാടുകളും സങ്കൽപ്പങ്ങളും ആദർശലക്ഷ്യങ്ങളും ഉണ്ട് എന്നാണതിനർത്ഥം. തന്റെ മാനസിക കൽപ്പനാചിത്രങ്ങൾക്കനുസരിച്ച് പ്രതികരിക്കുന്ന ഒരു സർഗ്ഗകശക്തി തന്നിലുണ്ടെന്ന് അയാളറിയുന്നു. നമ്മുടെ മാനസിക ചിത്രങ്ങൾ നമ്മുടെ ചിന്തകളിലൂടെ വികസിക്കുന്നു. വളരെ ഭംഗിയായ രീതിയിൽ ഒരു കാര്യം പറയാറുണ്ട്. നമ്മുടെ ഇന്ദ്രിയങ്ങളെല്ലാം നമ്മുടെ ഒരൊറ്റ ഇന്ദ്രിയബോധത്തിന്റെ രൂപാന്തരപ്പെടുത്തപ്പെട്ട വ്യത്യസ്തരൂപങ്ങളാണെന്നതാണത്. മനഃശാസ്ത്ര അദ്ധ്യാപകനായ തോമസ് ട്രോവാർഡ് പറയുന്നു: 'ചിന്ത നിയമമാണ്, നിയമം ചിന്തയുമാണ്.' മാനസിക ചിന്ത കരുത്തിന്റെ പരമസ്രോതസ്സുമാണ്. നമുക്ക് ഫലം വേണമെങ്കിൽ നാം തീർച്ചയായും നമ്മുടെ മാനസികചിത്രങ്ങളെ ചിന്തകൊണ്ട് ഊർജ്ജവത്താക്കണം.

നാമൊരു കാര്യം കേട്ടിട്ടുണ്ട്. 'ജോസഫ് ഒരു സ്വപ്നം കണ്ടു. അതവന്റെ കുടുംബത്തോട് പറഞ്ഞപ്പോൾ അവരവനെ വെറുത്തു.' ഇതാണ് നാം കേട്ടിട്ടുള്ള കാര്യം. ഒരുപക്ഷേ, നിങ്ങൾ ഇത് വായിക്കുമ്പോൾത്തന്നെ, നിങ്ങളുടെയുള്ളിൽ ഒരാദർശാത്മകസ്വപ്നം, അല്ലെങ്കിൽ സാക്ഷാത്കരിക്കണമെന്നാഗ്രഹിക്കുന്ന ഒരു പദ്ധതി, ലക്ഷ്യം രൂപം പ്രാപിച്ചു കഴിഞ്ഞിരിക്കണം. വെറുക്കുക എന്നാൽ ബൈബിൾ ഭാഷയിൽ തള്ളിക്കളയുക എന്നാണർത്ഥം. നിങ്ങളുടെ മനസ്സിലെ ചിന്തകളും വികാരങ്ങളും വിശ്വാസങ്ങളും അഭിപ്രായങ്ങളുമെല്ലാം നിങ്ങളെ വെല്ലുവിളിക്കുന്ന നിങ്ങളുടെ സഹോദരന്മാരാണ്. നിങ്ങളിലെ സ്വപ്നങ്ങളെ നിസ്സാരമായി ചെറുതാക്കിക്കാണിക്കുന്നവരാണ്. അവർ നിങ്ങളോട് പറയുന്നു:

'നിനക്കതിനുകഴിയില്ല. അതസാദ്ധ്യമാണ്. അതിനെ മറന്നുകളയുക!' എന്ന്.

ചിലപ്പോൾ മറ്റു ചിന്തകളും മനസ്സിൽ കടന്നുവന്നേക്കാം. അവ നിങ്ങളുടെ പദ്ധതിയെ, അഭിലാഷത്തെ നിന്ദിച്ചേക്കാം. നിങ്ങളുടെ സ്വന്തം സമൂഹവുമായുള്ള ഒരു കലഹം നിങ്ങളുടെ മനസ്സിലുള്ളതായി നിങ്ങൾ കണ്ടുപിടിക്കുന്നു. ആ വിപരീതം നിങ്ങളിൽ സ്ഥാപിക്കപ്പെട്ടുകഴിഞ്ഞു. നിങ്ങളുടെ മനസ്സിനുള്ളിലെ വിപരീതദ്വന്ദ്വത്തെ കൈകാര്യം ചെയ്യാനൊരു വഴിയുണ്ട്. നിങ്ങൾ കാണുക മാത്രവും കേൾക്കുക മാത്രവും ചെയ്യുന്നവയുടെ തെളിവുകളിൽ നിന്ന്, വസ്തുതകളുടെ പ്രത്യക്ഷത്തിൽനിന്ന് ശ്രദ്ധ തിരിക്കുകയെന്നതാണത്. നിങ്ങൾ കാര്യങ്ങളെപ്പറ്റി വ്യക്തതയോടെയുള്ള ചിന്തകളാരംഭിക്കേണ്ടതുണ്ട്. അവയിൽ നിങ്ങളുടെ ലക്ഷ്യത്തെപ്പറ്റിയുള്ള, ഉദ്ദേശ്യത്തെപ്പറ്റിയുള്ള താൽപര്യം തീർച്ചയായും ഉണ്ടായിരിക്കണം. നിങ്ങളുടെ മനസ്സ് ലക്ഷ്യത്തിലും ഉദ്ദേശ്യത്തിലും മുഴുകിയിരിക്കുകയാണെങ്കിൽ അതിന്റെ അർത്ഥം, നിങ്ങൾ മനസ്സിന്റെ സർഗ്ഗാത്മകനിയമം ഉപയോഗിക്കുകയാണെന്നാണ്. അത് കടന്നുവരുകതന്നെ ചെയ്യും.

'ഇതാ, എന്റെ കറ്റ എഴുന്നേറ്റു നിൽക്കുന്നു. നിങ്ങളുടെ കറ്റകളെല്ലാം ചുറ്റും വന്ന് എന്റെ കറ്റയെ താണുവണങ്ങി' (ഉൽപ്പത്തി 37:7). നിങ്ങളുടെ ആദർശകമാതൃകയെയും അഭിലാഷത്തെയും ബോധത്തിലേക്ക് ഉയർത്തുക. അവയെ മഹത്വവൽക്കരിക്കുക. പൂർണ്ണഹൃദയത്തോടെ അതിനോട് പ്രതിജ്ഞാബദ്ധമാവുക. അതിനെ വാഴ്ത്തുക. നിങ്ങളുടെ ആ ആദർശസങ്കൽപ്പത്തിനുമേൽ ശ്രദ്ധയും സ്നേഹവും ഭക്തിയും ചൊരിയുക. നിങ്ങൾ അങ്ങനെ ചെയ്യാൻ തുടങ്ങുമ്പോൾ, എല്ലാ ഭയാത്മകചിന്തകളും നിങ്ങളുടെ മനസ്സിന്റെ ഉന്നതാവസ്ഥയ്ക്കുമുന്നിൽ പ്രണമിക്കും. അതായത് അവയുടെ ശക്തി നഷ്ടപ്പെടുകയും നിങ്ങളുടെ മനസ്സിൽനിന്ന് അപ്രത്യക്ഷമാകുകയും ചെയ്യും.

അന്ത്യ ഫലം എന്താകണമെന്ന് ഭാവന ചെയ്യാനുള്ള നിങ്ങളുടെ കഴിവുവഴി, നിങ്ങൾക്ക് ഏതുസാഹചര്യത്തെയും അവസ്ഥയെയും നിയന്ത്രിക്കാൻ കഴിയും. ഏതെങ്കിലും ആഗ്രഹങ്ങളുടെ സാക്ഷാത്കാരം പ്രാപ്തമാകാൻ നിങ്ങൾ ഇച്ഛിക്കുന്നെങ്കിൽ-ഒരഭിലാഷമോ ആശയമോ ആകാമത്- നിങ്ങളുടെ മനസ്സിൽ ആ ആഗ്രഹപൂർത്തീകരണത്തിന്റെ ഒരു മാനസികചിത്രത്തിന് ആദ്യം രൂപംനൽകുക. എന്നിട്ട് നിങ്ങളുടെ ആഗ്രഹത്തിന്റെ യാഥാർത്ഥീകരണത്തെപ്പറ്റി നിരന്തരം ഭാവന ചെയ്തുകൊണ്ടിരിക്കുക. ഈ മാർഗ്ഗത്തിലൂടെ നിങ്ങൾ സത്യത്തിൽ അതിന്റെ യാഥാർത്ഥ്യത്തെ അല്ലെങ്കിൽ ഉണ്മയെ നിരന്തരം നിർബന്ധിച്ചുകൊണ്ടിരിക്കയാണ്. നിങ്ങൾ സത്യമെന്ന് ഭാവന ചെയ്യുന്നതിന് ഇതിനകം തന്നെ അസ്തിത്വമുള്ളതായിക്കഴിഞ്ഞു. നിങ്ങളുടെ മനസ്സിന്റെ മറ്റൊരു തലത്തിൽ അല്ലെങ്കിൽ മാനത്തിൽ അത് നിലനിൽക്കുന്നു. നിങ്ങളുടെ ആദർശലക്ഷ്യവുമായി നിങ്ങൾ വിശ്വസ്തത പുലർത്തുകയാണെങ്കിൽ, അത് ഒരു ദിവസം സ്വയം യാഥാർത്ഥ്യമാകും. വസ്തുനിഷ്ഠമായി അത് ഉണ്ടായിത്തീരും. നിങ്ങൾക്കുള്ളിലെ മഹാവാസ്തുശില്പി നിങ്ങളുടെ മനസ്സിൽ നിങ്ങൾ പതിപ്പിച്ചതിനെ മുമ്പിലുള്ള സ്ക്രീനിൽ നിങ്ങൾക്കായി ദൃശ്യമാക്കിത്തരും.

ജോസഫ് (ഭാവന) ബഹുവർണ്ണങ്ങളുള്ള ഒരു കോട്ട് ധരിച്ചിരിക്കുന്നു. ബൈബിളിൽ ഒരു കോട്ട് എന്നത് മനശ്ശാസ്ത്രപരമായ ഒരു ആവരണമാണ്. നിങ്ങൾ പുലർത്തുകയും പ്രോത്സാഹിപ്പിക്കുകയും ചെയ്യുന്ന മാനസികസമീപനങ്ങളും മാനസികനിലകളും ചിന്തകളുമാണ് നിങ്ങളുടെ മനശ്ശാസ്ത്രപരമായ ഉടയാടകൾ. ബഹുവർണ്ണങ്ങളിലുള്ള കോട്ട് പ്രതിനിധാനം ചെയ്യുന്നത് വജ്രത്തിന്റെ പലമുഖങ്ങളെയാണ്. അല്ലെങ്കിൽ ഏതെങ്കിലും ആശയത്തെ യാഥാർത്ഥ്യമായി ഉടുപ്പണിയിച്ച് അവതരിപ്പിക്കാനുള്ള കഴിവിനെയാണ്.

നിങ്ങളുടെ ദരിദ്രനായ സുഹൃത്ത് സുഖസൗകര്യങ്ങളുടെ മടിയിൽ വാഴുന്നത് നിങ്ങൾക്ക് ഭാവനചെയ്യാൻ കഴിയും. അയാളുടെ മുഖം സന്തോഷംകൊണ്ട് തിളങ്ങുന്നത് കാണാൻ സാധിക്കും. ഒരു വിശാലമായ മന്ദസ്മിതം ചുണ്ടുകളിൽ വിരിയുമ്പോളുള്ള അയാളുടെ ഭാവമാറ്റം ശ്രദ്ധിക്കുക. നിങ്ങൾ എന്തുകേൾക്കാൻ ആഗ്രഹിക്കുന്നോ അത് അയാൾ പറയുന്നതായി നിങ്ങൾക്ക് കേൾക്കാം. നിങ്ങൾ എങ്ങനെ അയാളെ കാണാൻ ആഗ്രഹിച്ചോ അതുപോലെ അയാളെ കാണാം. അയാളിപ്പോൾ തേജസ്സുറ്റവനും സന്തുഷ്ടനും ഐശ്വര്യവാനും വിജയിയുമാണ്. നിങ്ങളുടെ ഭാവന ബഹുവർണ്ണങ്ങളുള്ള കോട്ടാണ്. ഏത് ആശയത്തെയും അഭിലാഷത്തെയും അതിന് ആടയണിയിക്കാനും വാസ്തവരൂപത്തിലാക്കുവാനും കഴിയും. ഇല്ലായ്മയുള്ളിടത്ത് നിങ്ങൾക്ക് സമൃദ്ധിയെ ഭാവന ചെയ്യാൻ കഴിയുന്നു. ഭിന്നതയുള്ളിടത്ത് ശാന്തിയെയും രോഗമുള്ളിടത്ത് ആരോഗ്യത്തെയും വിഭാവനം ചെയ്യാൻ കഴിയുന്നു.

അവന്റെ സഹോദരൻ അവനോട് പറഞ്ഞു, 'ഉറപ്പായും നീ ഞങ്ങളിൽ ആധിപത്യമുറപ്പിക്കുമോ.' ആദ്യം വേണ്ട കഴിവ് ഭാവനാശക്തിയാണ്. അത് മറ്റെല്ലാ കഴിവുകളുടെയും അല്ലെങ്കിൽ മറ്റ് ബോധഘടകങ്ങളുടെയും മുകളിൽ അഗ്രഗാമിത്വം സ്ഥാപിക്കും. നിങ്ങൾക്ക് പന്ത്രണ്ട് കഴിവുകൾ അല്ലെങ്കിൽ സഹോദരങ്ങൾ ഉണ്ട്. എന്നാൽ സുശിക്ഷിതമായ നിങ്ങളുടെ ഭാവന സ്ഥലകാലങ്ങളെ തകർത്തുകൊണ്ട് എല്ലാ വിധപരിധികൾക്കും അപ്പുറം പോകാൻ നിങ്ങളെ പ്രാപ്തമാക്കുന്നു. നിങ്ങൾ നിങ്ങളുടെ ഭാവനയെ മഹത്തരവും ദൈവതുല്യവുമായ സങ്കൽപ്പങ്ങളും ആശയങ്ങളും കൊണ്ടും നിറയ്ക്കുകയാണെങ്കിൽ നിങ്ങൾക്കൊരു കാര്യം മനസ്സിലാകും. നിങ്ങളുടെ ആത്മീയാന്വേഷണങ്ങളിലെ ഏതൊരു കഴിവുകളെക്കാളും ഏറ്റവും ഫലദായകമാണതെന്ന് ബോദ്ധ്യപ്പെടും.

'ജോസഫിനെ ഈജിപ്റ്റിന് വിൽക്കപ്പെട്ടു' എന്നൊരു ചൊല്ലുണ്ട്. വസ്തുനിഷ്ഠമായ രൂപംപ്രാപിക്കുന്നതിനുമുമ്പേ തന്നെ, നിങ്ങളുടെ സങ്കൽപ്പം അല്ലെങ്കിൽ അഭിലാഷം (ഈജിപ്റ്റ്) ആത്മനിഷ്ഠമായി മനസ്സിലാക്കപ്പെടേണ്ടതുണ്ട് എന്നതാണതിന്റെ പൊരുൾ. ഓരോ സങ്കൽപ്പവും 'ഈജിപ്റ്റിലേക്ക് പോകണം.' അതായത് ആശയങ്ങൾ ജന്മം കൊള്ളുന്ന ആത്മനിഷ്ഠതലത്തിലേക്ക് ചെല്ലണം.

'ഈജിപ്റ്റിൽ നിന്ന് ഞാനെന്റെ പുത്രനെ വിളിക്കുന്നു:' 'ജോസഫാണ് ഈജിപ്റ്റിന്റെ കമാൻഡർ. ഇത് നിങ്ങളോട് ഒരു കാര്യം പറയുന്നു. എല്ലാ സങ്കൽപ്പതലങ്ങളെയും ഭാവന നിയന്ത്രിക്കുന്നുവെന്ന വസ്തുത നിങ്ങളെ പറഞ്ഞു മനസ്സിലാക്കുന്നു. നിങ്ങൾ ഏത് തടവറയിലായാലും അത് ഭയത്തിന്റെയോ രോഗത്തിന്റെയോ പോരായ്മകളുടെയോ പരിമിതികളുടെയോ തടവറയാകാം ഒരു കാര്യം ഓർമ്മയിൽ വയ്ക്കുക. ആ തടവറയിലെ നിങ്ങളുടെ കമാൻഡർ ജോസഫാണ്. നിങ്ങൾക്ക് അവനോട് പറയാം. നിങ്ങൾക്ക് നിങ്ങളുടെ സ്വാതന്ത്ര്യത്തെ വിഭാവനം ചെയ്യാനും അത് ആത്മനിഷ്ഠമായി ബോദ്ധ്യപ്പെടും വരെ ആ പ്രക്രിയ തുടരാനും കഴിയുന്നു. തുടർന്ന്, അന്ധകാരത്തിൽ നടക്കുന്ന രൂപംകൊള്ളൽ പ്രക്രിയയ്ക്കുശേഷം ആവിഷ്കാരവും സംഭവിക്കുന്നു, നിങ്ങളുടെ പ്രാർത്ഥനയ്ക്ക് ഉത്തരം ലഭിക്കുന്നു.

ഒരു നിമിഷം, അസാധാരണ കഴിവുകളുള്ള ഒരു ആർക്കിടെക്റ്റിനെപ്പറ്റി സങ്കൽപ്പിക്കുക. അയാളുടെ മനസ്സിൽ അത്യാധുനികവും ഈ നൂറ്റാണ്ടിന്റെ പ്രാതിനിദ്ധ്യമുള്ളതുമായ മനോഹരമായ ഒരു നഗരമുണ്ട്. സൂപ്പർ ഹൈവേകളും നീന്തൽക്കുളങ്ങളും അക്വേറിയങ്ങളും പാർക്കുകളും മറ്റും നിറഞ്ഞ ഒരു മഹാനഗരം. താനിതുവരെക്കണ്ടിട്ടുള്ളതിൽവച്ച് ഏറ്റവും മനോഹരമായ ഒരു കൊട്ടാരം അയാൾക്ക് മനസ്സിൽ നിർമ്മിക്കാൻ കഴിയുന്നു. തന്റെ പ്ലാൻ നിർമ്മാതാക്കൾക്ക് കൈമാറു

ന്നതിനുമുമ്പുതന്നെ, ആ കെട്ടിടം പൂർണ്ണമായി നിർമ്മിച്ചതിന്റെ ചിത്രം അയാൾക്ക് കാണാൻ കഴിയും. എവിടെയായിരുന്നു ആ കെട്ടിടം? അയാളുടെ ഭാവനയിൽ അതുണ്ടായിരുന്നു.

നിങ്ങളുടെ ഭാവനകൊണ്ട് നിങ്ങളുടെ മാതാവിന്റെ അദൃശ്യശബ്ദം നിങ്ങൾക്ക് ശ്രവിക്കാൻ കഴിയുന്നു. ആ മാതാവ് പതിനായിരത്തോളം മൈലിനപ്പുറം വസിക്കുകയാണെങ്കിലും അത് സാധിക്കുന്നു. നിങ്ങൾക്ക് അമ്മയുടെ രൂപവും വ്യക്തമായി കാണാൻ കഴിയും. തൊട്ടടുത്ത് നിൽക്കുന്നതുപോലെ അത്രയും സുവ്യക്തമായിത്തന്നെ. നിങ്ങളുടെ കൈവശമുള്ള വിസ്മയശക്തി അതാണ്. വിജയിയാവാനും ഐശ്വര്യം നേടാനും ഈ ശക്തിയെ വളർത്തി വികസിപ്പിക്കാൻ നിങ്ങൾക്ക് കഴിയും.

'എനിക്ക് ജോണിനെ പറഞ്ഞുവിടേണ്ടി വന്നു. കാരണം അയാളുടെ സമീപനം ശരിയല്ലല്ലോ?' എന്ന് ഒരു സെയിൽസ് മാനേജർ പറയുന്നുവെന്നുവെക്കുക. അപ്പോൾ ഒന്ന് മനസ്സിലാക്കാം. 'ശരിയായ സമീപനം' എന്നതിന്റെ പ്രാധാന്യത്തെപ്പറ്റി ബിസിനസ്സ് ലോകം മനസ്സിലാക്കിയിട്ടുണ്ട്. പുനർജന്മത്തെപ്പറ്റി കുറച്ചുവർഷങ്ങൾക്കുമുമ്പ് ഒരു ലേഖനം അച്ചടിച്ചിറക്കിയത് ഞാനോർക്കുന്നു.

ഞാൻ പ്രഭാഷണം നടത്തിയ ഒരു പള്ളിയിലെ ബുക്ക് കൗണ്ടറിൽ ലഘുലേഖാ രൂപത്തിലുള്ള അതിന്റെ കോപ്പികൾ പ്രദർശിപ്പിച്ചിരുന്നു. ആദ്യം അതിന്റെ വിൽപ്പന വളരെ പതുക്കെയായിരുന്നു. വളരെ കുറച്ചു കോപ്പികൾ മാത്രമേ വിറ്റുള്ളു. അതിന്റെ ഉള്ളടക്കത്തോട് സെയിൽസ് ഗേൾ വളരെ രൂക്ഷമായി വിയോജിപ്പ് പ്രകടിപ്പിച്ചതുകൊണ്ടായിരുന്നു ഇത് സംഭവിച്ചത്.

പുനർജന്മത്തിന്റെ ബൈബിളനുസരിച്ചുള്ള പൊരുൾ എന്തെന്ന് ഞാൻ അവളോട് വിശദീകരിച്ചു; കഥയുടെ മൂലം എന്തെന്നും പിന്നെ അതിനെപ്പറ്റിയുള്ള വിശദവിവരങ്ങ

ളുമൊക്കെ. അവൾക്ക് അതിന്റെ ഉള്ളടക്കം ശരിക്കും മനസ്സിലായി. മാത്രമല്ല, ആ 'ബുക്ക്ലെറ്റി'നെപ്പറ്റി അവൾ കൂടുതൽ താൽപ്പര്യമുള്ളവളുമായി. എന്റെ പ്രസംഗപരമ്പര തീരുന്നതിനുമുമ്പുതന്നെ അവയെല്ലാം വിറ്റുപോയി. ശരിയായ മാനസികസമീപനത്തിന്റെ പ്രാധാന്യത്തിനൊരുദാഹരണമാണിത്.

നിങ്ങളുടെ മാനസിക സമീപനം എന്നതുകൊണ്ട് അർത്ഥമാക്കുന്നത് ജനങ്ങളോടും സാഹചര്യങ്ങളോടും അവസ്ഥകളോടും സ്ഥലരാശിയിലെ വസ്തുക്കളോടുമുള്ള നിങ്ങളുടെ മാനസികപ്രതികരണം എന്നാണ്. നിങ്ങളുടെ സഹപ്രവർത്തകരുമായുള്ള നിങ്ങളുടെ ബന്ധമെന്താണ്? നിങ്ങൾ മറ്റു ജനങ്ങളുമായും മൃഗങ്ങളുമായും പ്രപഞ്ചവുമായും പൊതുവായി സൗഹാർദ്ദപരമായാണോ പെരുമാറുന്നത്? പ്രപഞ്ചം ശത്രുതാപരമായെന്ന് നിങ്ങൾ ചിന്തിക്കുന്നുണ്ടോ? അതല്ല, ലോകം നിങ്ങളോട് കടപ്പെട്ടാണ് പുലരുന്നതെന്ന് തോന്നിയിട്ടുണ്ടോ? ചുരുക്കിപ്പറഞ്ഞാൽ നിങ്ങളുടെ സമീപനം എന്താണ്?

മനസ്സിൽ ആഴത്തിൽ വേരോടിയ മുൻവിധിയുടെ ഫലമാണ് മുമ്പുപറഞ്ഞ പെൺകുട്ടിയുടെ വൈകാരികപ്രതികരണം. പുസ്തകവിൽപ്പനയിൽ തെറ്റായ സമീപനം പുലർത്തിയതിന്റെ ഫലമാണത്. പുസ്തകത്തോടും രചയിതാവിനോടും പക്ഷപാതപരമായ നിലപാട് അവൾ സ്വീകരിച്ചു.

നിങ്ങളുടെ മാനസികമായ സമ്മതമില്ലാതെ ബാഹ്യമായ ഒന്നിനും നിങ്ങളെ വേദനിപ്പിക്കാനോ മനഃസ്ഥാപപ്പെടുത്താനോ കഴിയില്ലെന്ന് തിരിച്ചറിയുമ്പോൾ നിങ്ങൾക്ക് ശരിയായ മാനസികസമീപനം വികസിപ്പിക്കാനുള്ള പ്രാപ്തി കൈവരും. നിങ്ങളുടെ ലോകത്തെ ഏകചിന്തകൻ നിങ്ങൾ മാത്രമാണ്. അതുകൊണ്ടുതന്നെ, നിങ്ങളുടെ മാനസികസമ്മതമില്ലാതെ, ഒന്നിനും തന്നെ നിങ്ങളെ കോപത്തിലേക്കോ സങ്കടത്തിലേക്കോ വ്യാകുലതയിലേക്കോ തള്ളിയിടാനാകില്ല.

പുറമേ നിന്നുവരുന്ന ഒരു മാനസികനിർദ്ദേശത്തിനും, നിങ്ങളെ നെഗറ്റീവ് ചിന്തകളിലേക്ക് നയിക്കാൻ, അതിന് നിങ്ങൾ അനുമതി നൽകാത്തിടത്തോളം കാലം, നിങ്ങളിൽ ശക്തി ചെലുത്താനാകില്ല. ഒരു കാര്യം മനസ്സിലാക്കുക. നിങ്ങളുടെ ചിന്താലോകത്തിന്റെ യജമാനൻ നിങ്ങളാണ്. ചിന്തയുടെ പുറകെയാണ് വികാരങ്ങൾ വരുന്നത്. അതു കൊണ്ടുതന്നെ, നിങ്ങളുടെ ഭ്രമണപഥത്തിന്റെ പരമാധികാരി നിങ്ങളാണ്. നിങ്ങളെ സ്വാധീനിക്കാൻ മറ്റുള്ളവരെ നിങ്ങൾ അനുവദിക്കുമോ? നിങ്ങൾക്ക് മാനസികത്തളർച്ചയുണ്ടാക്കാനും മനഃക്ലേശമുണ്ടാക്കാനും ദിനപത്രങ്ങളിലെ തലക്കെട്ടുകളെയോ, മറ്റുള്ളവരുടെ അപവാദങ്ങളെയോ വിമർശനങ്ങളെയോ നിങ്ങൾ അനുവദിക്കുമോ? നിങ്ങൾ അങ്ങനെ ചെയ്യുകയാണെങ്കിൽ തീർച്ചയായും ഒരു കാര്യം നിങ്ങൾ സമ്മതിച്ചേ പറ്റൂ. നിങ്ങളുടെ സ്വന്തം മാനസികനിലകളുടെ ഉത്തരവാദി നിങ്ങൾ തന്നെയാണ്. നിങ്ങളുടെ വൈകാരിക പ്രതികരണത്തെ നിങ്ങൾ തന്നെ സൃഷ്ടിച്ചു. നിങ്ങളുടെ സമീപനം തെറ്റാണ്.

മറ്റുള്ളവരുടെ തിന്മയെപ്പറ്റി നിങ്ങൾ ഭാവന ചെയ്യാറുണ്ടോ? എങ്കിൽ നിങ്ങളുടെ അന്തരാത്മാവിൽ സൃഷ്ടിക്കപ്പെടുന്ന വികാരങ്ങളെ ശ്രദ്ധിക്കുക. അവ നിങ്ങളുടെ ആരോഗ്യത്തിനും ഐശ്വര്യത്തിനും നാശകരവും ദോഷകരവുമായ അവസ്ഥയുണ്ടാക്കുന്നു. സാഹചര്യങ്ങൾക്ക് നിങ്ങളെ ബാധിക്കാൻ കഴിയുന്നത് നിങ്ങൾ അവയെ അതിന് അനുവദിച്ചതുകൊണ്ടുമാത്രമാണ്. ജീവിതത്തോടും മറ്റെല്ലാ വസ്തുതകളോടുമുള്ള നിങ്ങളുടെ സമീപനത്തെ നിങ്ങൾക്ക് തീർച്ചയായും സ്വമേധയാതന്നെ മാറ്റാൻ കഴിയും. നിങ്ങൾക്ക് നിങ്ങളുടെ വിധിയുടെ യജമാനനും ആത്മാവിന്റെ (ഉപബോധ മനസ്സ്) ക്യാപ്റ്റനുമാകാൻ കഴിയും. അച്ചടക്കപൂർണ്ണവും ദിശാബോധമുള്ളതും നിയന്ത്രിതവും ആയ ഭാവനയിലൂടെ

നിങ്ങൾക്ക് നിങ്ങളുടെ വികാരങ്ങളുടെ മേൽ മേധാവിത്വം സ്ഥാപിക്കാനും അവയെയും നിങ്ങളുടെ പൊതുവേയുള്ള മാനസികസമീപനത്തെയും കീഴടക്കാനും കഴിയുന്നു.

മറ്റൊരാൾ വിലകെട്ടവനും സത്യസന്ധതയില്ലാത്തവനും അസൂയാലുവുമാണെന്ന് നിങ്ങൾ ഭാവന ചെയ്യുകയാണെന്നിരിക്കട്ടെ. ആ സന്ദർഭത്തിൽ നിങ്ങളിൽ ഉളവാകുന്ന വികാരത്തെ നിരീക്ഷിക്കുക. ഇനി നേരെ വിപരീതമായത് ഭാവന ചെയ്യുക. അതേ മനുഷ്യൻ തന്നെ സത്യസന്ധനും ആത്മാർത്ഥതയുള്ളവനും സ്നേഹശീലനും ദയാശീലനും ആയി സങ്കൽപ്പിക്കുക. അപ്പോൾ നിങ്ങളിൽ ഉളവാകുന്ന പ്രതികരണത്തെ ശ്രദ്ധിക്കുക. അപ്പോൾ നിങ്ങൾ നിങ്ങളുടെ സമീപനങ്ങളുടെ യജമാനൻ അല്ലേ?

നിങ്ങളുടെ യഥാർത്ഥത്തിലുള്ള ദൈവസങ്കൽപ്പമാണ് ജീവിതത്തോട് പൊതുവേയുള്ള നിങ്ങളുടെ എല്ലാ സമീപനങ്ങളെയും നിർണ്ണയിക്കുന്നത് എന്നതാണ് സത്യത്തിൽ സർവ്വതിന്റെയും പൊരുൾ. നിങ്ങളുടെ ദൈവത്തെപ്പറ്റിയുള്ള പ്രബലമായ ആശയമാണ് നിങ്ങളുടെ ജീവിതത്തിന്റെയും ആശയം. എന്തുകൊണ്ടെന്നാൽ, ദൈവം ജീവിതമാണ്. നിങ്ങളുടെ ചിന്തകളോട് പ്രതികരിക്കുന്ന, നിങ്ങളുടെ ഉള്ളിലുള്ള ആത്മീയശക്തിയാണ് ദൈവം എന്നതാണ് നിങ്ങളുടെ പ്രബലാശയം അല്ലെങ്കിൽ പ്രബല സമീപനം. എങ്കിൽ, നിങ്ങളുടെ പതിവുചിന്തകൾ സൃഷ്ടിപരവും ശ്രുതിബദ്ധവും ആയിരിക്കും. ഈ ശക്തി എല്ലാവിധത്തിലും നിങ്ങളെ നയിക്കുകയും നിങ്ങളിൽ അഭിവൃദ്ധി പ്രാപിക്കുകയും ചെയ്യും. ഈ പ്രബല സമീപനം സർവ്വതിനെയും വർണാഭമാക്കും. വളരെ പോസിറ്റീവും ഉറപ്പുള്ളതുമായ മാനസിക സമീപനത്തോടെ നിങ്ങൾ ലോകത്തെ നോക്കിക്കാണും. നിങ്ങളുടെ കാഴ്ചപ്പാട് പോസിറ്റീവാകും എന്നുമാത്രമല്ല, ഏറ്റവും നല്ലതുമാത്രം പ്രതീക്ഷിക്കുന്ന സന്തോഷകരമായ ഒരു മാനസികാവസ്ഥ നിങ്ങൾക്ക് പ്രാപ്തമാവുകയും ചെയ്യും.

ഹൈസ്കൂളിൽ പഠിക്കുന്ന ഒരു പതിനാറുകാരൻ എന്നോട് പറഞ്ഞു: "എനിക്ക് വളരെ മോശം ഗ്രേഡ് മാർക്കുകളേ കിട്ടുന്നുള്ളു. എന്റെ ഓർമ്മശക്തി പോകുന്നു. എന്താണ് സംഭവം എന്ന് എനിക്കറിയില്ല." ഇതിലെ ഒരൊറ്റ തെറ്റ് ഈ കുട്ടിയുടെ സമീപനം മാത്രമാണ്. എന്നാൽ, ഒരു വക്കീലാകുന്നതിനുവേണ്ടി കോളജിൽ പ്രവേശനം ലഭിക്കാനുള്ള ഗ്രേഡുകൾ ലഭിക്കുകയെന്നത് പഠനത്തിൽ എത്ര പ്രധാനമാണെന്ന് അറിഞ്ഞുകൊണ്ടുള്ള ഒരു പുതിയ മാനസിക സമീപനം അവൻ കൈക്കൊണ്ടു. അവൻ ശാസ്ത്രീയമായ രീതിയിൽ പ്രാർത്ഥിക്കാൻ തുടങ്ങി. തന്റെ മാനസികസമീപനം മാറാനുള്ള ത്വരിത മാർഗ്ഗങ്ങളിൽ ഒന്നാണത്.

ശാസ്ത്രീയമായ പ്രാർത്ഥനയിൽ നാം, ചിന്തയോടുള്ള പ്രതികരണവുമായി ബന്ധപ്പെട്ട ഒരു തത്വമാണ് കൈകാര്യം ചെയ്യുന്നത്. തനിക്കുള്ളിൽ ഒരു ആത്മീയ ശക്തി കുടികൊള്ളുന്നതായി ഈ കുട്ടി തിരിച്ചറിഞ്ഞു.

സത്യത്തിൽ കാരണവും ശക്തിയും ആ ഒന്നുതന്നെയാണ്. മാത്രമല്ല, തന്റെ ഓർമ്മശക്തി കറയറ്റതാണെന്നും, അനന്തമായ വിവേകം, എപ്പോഴും എവിടേയും, തനിക്കാവശ്യമായ സർവതും വെളിപ്പെടുത്തുന്നുണ്ടെന്നും, അവൻ അവകാശപ്പെടാൻ തുടങ്ങി. സ്നേഹവും സൽപ്പേരും തന്റെ അദ്ധ്യാപകരിലും സഹവിദ്യാർത്ഥികളിലും അവൻ പ്രസരിപ്പിക്കാൻ തുടങ്ങി. തനിക്ക് നിരവധി വർഷങ്ങൾ അനുഭവിച്ചിരുന്നതിനേക്കാൾ മഹത്തരമായൊരു സ്വാതന്ത്ര്യത്തെ ഈ യുവാവ് ഇപ്പോൾ അനുഭവിച്ചുകൊണ്ടിരിക്കുകയാണ്. തന്റെ എ ഗ്രേഡുകൾ കണ്ട് അമ്മയും അദ്ധ്യാപകരും അഭിനന്ദിച്ചുകൊണ്ടിരിക്കുകയാണെന്ന് ഇയാൾ എപ്പോഴും വിഭാവനം ചെയ്തുകൊണ്ടിരിക്കുന്നു. താൻ അഭിലഷിക്കുന്ന ഫലങ്ങളെ മുൻകൂട്ടി വിഭാവനം ചെയ്തുകൊണ്ടുള്ള, നവീന സമീപനമാണ് അയാൾ പഠനത്തോട് പുലർത്തുന്നത്.

നമ്മുടെ മാനസികസമീപനങ്ങളെല്ലാം തന്നെ ഭാവനകൾകൊണ്ട് മുൻകൂട്ടി ക്രമപ്പെടുത്തിയവയാണെന്ന് നേരത്തെ നമ്മൾ പറഞ്ഞു.

ഇന്ന് ഒരിരുണ്ട ദിനമായിരിക്കുമെന്ന് നിങ്ങൾ ഭാവന ചെയ്താൽ, അന്നത്തെ ബിസിനസ്സ് വളരെ മോശമായിരിക്കും. ഇന്ന് മഴദിനമായിരിക്കുമെന്ന് വിചാരിച്ചാൽ, നിങ്ങളുടെ കടയിൽ ഒരു കസ്റ്റമറും വരികയില്ല. അവരുടെ കയ്യിൽ പണമുണ്ടായിരിക്കില്ല. നിങ്ങളുടെ നെഗറ്റീവ് കൽപ്പനയുടെ ഫലം നിങ്ങൾ അനുഭവിക്കും.

ഒരിക്കൽ ഒരാൾ ലണ്ടനിലെ ഒരു തെരുവിലൂടെ സഞ്ചരിക്കയായിരുന്നു. താൻ വഴിയിൽ ഒരു പാമ്പിനെ കണ്ടതായി അയാൾ ഭാവനചെയ്തു. ഭയം അയാൾക്ക് പക്ഷാഘാതമുണ്ടാക്കി. അയാൾ കണ്ട സാധനം അയാൾക്ക് പാമ്പായി തോന്നുകയായിരുന്നു. അത് പാമ്പാണെന്ന രീതിയിലാണ് പിന്നീടയാൾക്കുണ്ടായ മാനസിക, വൈകാരിക പ്രതികരണങ്ങൾ. സുന്ദരവും ശ്രേഷ്ഠവും ആയവയെ, അങ്ങനെ മറ്റുള്ളവർ പറയുന്നവയെ മാത്രം വിഭാവനം ചെയ്യുക. നിങ്ങളുടെ ജീവിതത്തോടുള്ള മുഴുവൻ വൈകാരിക സമീപനത്തിനും മാറ്റം വരും. ജീവിതത്തെപ്പറ്റി നിങ്ങൾ എന്താണ് ഭാവന ചെയ്യുന്നത്? സുഖജീവിതമായി അത് മുന്നോട്ടുപോകുന്നതായി നിങ്ങൾക്കനുഭവപ്പെടുന്നുണ്ടോ? അതോ, അത് മാനസികക്ലേശങ്ങളുടെ ഒരു വലിയ പരമ്പരയാണോ?. 'ആരെ സേവിക്കുമെന്ന് നിങ്ങൾ തിരഞ്ഞെടുത്തുകൊൾവിൻ.'

നിങ്ങളുടെ ബാഹ്യാനുഭവലോകത്തെ, നിങ്ങളിൽ ശീലംകൊണ്ട് ഉണ്ടായിരിക്കുന്ന മാനസിക ചിത്രങ്ങളുടെ അടിസ്ഥാനത്തിൽ നിങ്ങൾ രൂപകൽപ്പന ചെയ്യുകയും അണിയിച്ചൊരുക്കുകയും വാർത്തെടുക്കുകയും ചെയ്യുന്നു. നിങ്ങളെ ഉൽകൃഷ്ടതയുള്ളവരാക്കുകയും ഉയർത്തുകയും സന്തോഷിപ്പിക്കുകയും തൃപ്തിപ്പെടുത്തുകയും ചെയ്യുന്ന ജീവിതാ

വസ്ഥകളെപ്പറ്റിയും സാഹചര്യങ്ങളെപ്പറ്റിയും സങ്കൽപ്പിക്കുക. ജീവിതം ഉത്സാഹരഹിതവും ക്രൂരവും കടുത്തതും കയ്പ്പു നിറഞ്ഞതുമാണെന്നും, സംഘർഷവും വേദനയും ജീവിതത്തിൽ ഒഴിച്ചുകൂടാൻ പാടില്ലാത്തവയാണെന്നും നിങ്ങൾ ഭാവന ചെയ്യുകയാണെങ്കിൽ, തീർച്ചയായും നിങ്ങൾ ജീവിതത്തെ ദുരിതപൂർണ്ണമാക്കിക്കൊണ്ടിരിക്കുകയാണെന്ന് പറയേണ്ടി വരും.

നിങ്ങൾ ഒരു ഗോൾഫ് കോഴ്സിൽ ഉണ്ടെന്ന് കരുതുക. നിങ്ങൾ സ്വതന്ത്രനും സമാശ്വാസം ലഭിച്ചവനുമാകും – നിങ്ങളിൽ നിറയെ ആവേശവും ഊർജ്ജമവുമായിരിക്കും. ഗോൾഫ് കളിയിലെ എല്ലാ ബുദ്ധിമുട്ടുകളെയും തരണം ചെയ്യുന്നതിലായിരിക്കും നിങ്ങളുടെ സന്തോഷം കുടികൊള്ളുന്നത്. തടസ്സങ്ങളെ അതിലംഘിക്കുന്നതിലായിരിക്കും നിങ്ങൾക്ക് കിട്ടുന്ന 'ത്രിൽ'.

നമുക്ക് മറ്റൊരു രംഗമെടുക്കാം. നിങ്ങൾ ശവസംസ്കാരച്ചടങ്ങ് നടക്കുന്ന ഒരു സ്ഥലത്തേക്ക് പോകുന്നതായി സങ്കൽപ്പിക്കുക. വിവിധ രീതികളിലുള്ള വൈകാരിക പ്രതികരണങ്ങൾ മുന്നോട്ടുവരുന്നത് ശ്രദ്ധിക്കുക. മേൽപ്പറഞ്ഞ ഓരോ സാഹചര്യത്തിലും നിങ്ങൾ ഉള്ളതായ ചിത്രം ചിന്തിക്കുക. ശവസംസ്കാരം നടക്കുന്ന ചാപ്പലിൽ, മരിച്ച വ്യക്തിയുടെ പുതിയ ജന്മദിനത്തിൽ നിങ്ങൾക്ക് ആനന്ദിക്കാം. നിങ്ങൾ ഇഷ്ടപ്പെടുന്ന വ്യക്തി അവന്റെയോ അവളുടെയോ കൂട്ടുകാരുമൊത്ത് ചേർന്ന് സൗന്ദര്യത്തിന്റെയും സ്നേഹത്തിന്റെയും അനിർവചനീയതയുടെ നടുവിൽ നിൽക്കുന്നത് നിങ്ങൾക്ക് സങ്കൽപ്പിക്കാം. അവിടെ സന്നിഹിതരായിരിക്കുന്ന എല്ലാവരുടെയും മനസ്സും ഹൃദയവും, ദൈവത്തിന്റെ സമാധാന നദിയിൽ വെള്ളപ്പൊക്കത്തിലെന്നപോലെ ആറാടുന്നത് നിങ്ങൾക്ക് ഭാവന ചെയ്യാം. നിങ്ങൾ എവിടെയാണെങ്കിലും, നിങ്ങളുടെ സ്വന്തം മനസ്സിന്റെ സ്വർഗ്ഗീയതകളിലേക്ക് അടിവെച്ചു

കയറാൻ നിങ്ങൾക്ക് സാധിക്കും. ഇതാണ് നിങ്ങളുടെ ഭാവന യുടെ ശക്തി.

അങ്ങനെയവൻ മറ്റൊരു സ്വപ്നം കൂടി കാണുകയും അത് തന്റെ സഹോദരന്മാരോട് പറയുകയും ചെയ്തു, "നോക്കുവിൻ, ഞാൻ ഒരു സ്വപ്നം കൂടി കണ്ടു; ശ്രദ്ധിക്കുവിൻ, സൂര്യനും ചന്ദ്രനും പതിനൊന്ന് താരങ്ങളും എനിക്ക് വന്ദനം അർപ്പിച്ചു."

പൗരാണികമായ പ്രതീകശാസ്ത്രമനുസരിച്ച് സൂര്യനും ചന്ദ്രനും യഥാക്രമം ബോധമനസ്സിനെയും ഉപബോധമന സ്സിനെയുമാണ് പ്രതിനിധീകരിക്കുന്നത്. പതിനൊന്ന് നക്ഷത്ര ങ്ങളാകട്ടെ ഭാവനയെക്കൂടാതെയുള്ള പതിനൊന്ന് ശക്തി കളെ പ്രതിനിധാനം ചെയ്യുന്നു. മറ്റൊന്നുകൂടി. അച്ചടക്ക പൂർണ്ണമായ ഭാവനയ്ക്ക് മനസ്സിന്റെ മറ്റെല്ലാ ശേഷികളെ ക്കാളും പ്രാധാന്യം കൈവരികയും ബോധമനസ്സിന്റെയും ഉപ ബോധമനസ്സിന്റെയും ദിശയെ അത് നിയന്ത്രിക്കുകയും ചെയ്യു ന്നെന്ന് സർഗ്ഗപ്രചോദനം ലഭിച്ച എഴുത്തുകാർ പറയുന്നു. ഭാവന പ്രഥമവും സർവ്വപ്രധാനവുമാണ്; അതിനെ ശാസ്ത്രീ യമായി തിരിച്ചുവിടാനും കഴിയും.

അമ്പതുകൊല്ലം മുമ്പ് എന്റെ പിതാവുമൊത്ത് ഞാൻ അയർലൻഡിലെ റൗണ്ട് ടവേഴ്സ് നിരീക്ഷിച്ചുകൊണ്ടിരി ക്കയായിരുന്നു. ഒരു മണിക്കൂർ നേരത്തേക്ക് അദ്ദേഹം ഒന്നും സംസാരിച്ചില്ല. നിസ്സംഗനായും സ്വീകരിക്കുന്ന മനോഭാവ ത്തോടെയും നിന്നു. അദ്ദേഹത്തെ ചിന്താഗ്രസ്തനായി കാണ പ്പെട്ടു. എന്താണ് ചിന്തിക്കുന്നതെന്ന് ഞാൻ അദ്ദേഹത്തോട് ചോദിച്ചു. അദ്ദേഹം പറഞ്ഞ മറുപടിയുടെ ഉള്ളടക്കം ഇതാ യിരുന്നു: ലോകത്തുള്ള മഹത്തും വിസ്മയകരവുമായ ആശയങ്ങളിൽ മുഴുകിയാൽ മാത്രമേ നാം വളരുകയും വിക സിക്കുകയും ചെയ്യുകയുള്ളൂവെന്ന് അദ്ദേഹം ചൂണ്ടിക്കാട്ടി. ആ ടവറിലെ കല്ലുകൾക്ക് എത്ര പ്രായമായിക്കാണുമെന്ന്

അദ്ദേഹം ചിന്തിച്ചു. ഭാവന അദ്ദേഹത്തെ ആ കല്ലുകൾ ആദ്യം രൂപംകൊണ്ട കൽമടകളിലേക്ക് കൊണ്ടുപോയി. ഭാവന കൊണ്ട് അദ്ദേഹം ആ കല്ലുകളെ അനാച്ഛാദനം ചെയ്തു. തന്റെ ആന്തരികനേത്രങ്ങൾ കൊണ്ട് അതിന്റെ ഘടന, ഭൂഗർഭ ത്തിലെ അതിന്റെ രൂപീകരണം, അതിലെ വിവിധാംശങ്ങളുടെ സങ്കലനം, എന്നിവയെ നോക്കിക്കാണുകയും അരൂപാവസ്ഥ യിലേക്ക് അതിനെ സംഗ്രഹിക്കുകയും ചെയ്തു; ഒടുവിൽ, മറ്റെല്ലാ കല്ലുകളുമായും മൊത്തം ജീവിതവുമായും ഉള്ള അവയുടെ ഏകത്വം ഭാവനയിൽ കണ്ടു. ആ റൗണ്ട് ടവറിൽ നോക്കിക്കൊണ്ടുതന്നെ ഐറിഷ് ഗോത്രത്തിന്റെ ചരിത്രവും പുനഃസൃഷ്ടിക്കുക സാദ്ധ്യമാണെന്ന് തന്റെ ദിവ്യഭാവനയിൽ അദ്ദേഹം തിരിച്ചറിഞ്ഞു!

ഭാവനാത്മക ശക്തികൊണ്ട്, ആ ടവറിൽ വസിക്കുന്ന കാണാത്ത മനുഷ്യരെ കാണാനും അവരുടെ ശബ്ദം കേൾ ക്കാനും ആ അദ്ധ്യാപകനുകഴിഞ്ഞു. മുഴുവൻ സ്ഥലവും അദ്ദേഹത്തിന്റെ ഭാവനയിൽ സജീവപ്രത്യക്ഷമായി. തന്റെ ഈ ശക്തിയിലൂടെ, കാലത്തിലൂടെ സഞ്ചരിച്ച് ആ റൗണ്ട് ടവറിനുമുമ്പുള്ള കാലത്തിലേക്കും പോകാൻ അദ്ദേഹത്തിനു കഴിഞ്ഞു. കല്ലുണ്ടായ ആ സ്ഥലത്തെപ്പറ്റിയും, ആരത് കൊണ്ടുവന്നു എന്നതിനെപ്പറ്റിയും, ആ കെട്ടിടം ഉണ്ടാക്കുന്ന തിന്റെ ലക്ഷ്യത്തെക്കുറിച്ചും അതുമായി ബന്ധപ്പെട്ട ചരിത്ര ത്തെക്കുറിച്ചുമൊക്കെയുള്ള ഒരു നാടകം അദ്ദേഹം മനസ്സിൽ മെല്ലെ മെല്ലെ നെയ്തെടുക്കാൻ തുടങ്ങി. അദ്ദേഹം എന്നോടി ങ്ങനെ പറഞ്ഞു, 'എനിക്ക് ആയിരക്കണക്കിനു വർഷങ്ങൾ ക്കുമുമ്പ് അപ്രത്യക്ഷമായ ആ സ്പർശം അറിയാനും ശബ്ദം ശ്രവിക്കാനും കഴിയുന്നു.'

ആത്മനിഷ്ഠമനസ്സ് എല്ലാറ്റിലും വ്യാപിക്കുന്നു; അത് എല്ലാറ്റിലുമുണ്ട് - അവ ഉണ്ടാക്കപ്പെട്ടതും ആത്മനിഷ്ഠ മനസ്സ് എന്ന വസ്തുവിൽ നിന്നാണ്. ഒരു കെട്ടിടത്തിലെ

ഓരോ കല്ലിലും അനന്തതയുടെ നിധി സൗധമുണ്ട്. നിശ്ചേതനമായ ഒന്നുമില്ല; എല്ലാം ജീവന്റെ വിവിധങ്ങളായ ആവിഷ്കാരങ്ങളാണ്. (സൂര്യനും ചന്ദ്രനും ജോസഫിനെ വന്ദിക്കുന്നു - ഭാവന). തീർച്ചയായും നിങ്ങളുടെ ഭാവനാശക്തിയിലൂടെ, പ്രകൃതിയുടെ അദൃശ്യരഹസ്യങ്ങളെല്ലാം നിങ്ങൾക്ക് വെളിപ്പെട്ടു കിട്ടിയതായി ഭാവന ചെയ്യാൻ കഴിയും; ബോധത്തിന്റെ അത്യഗാധതലങ്ങളിൽ ഖനനം ചെയ്യാൻ കഴിയുന്നതായി നിങ്ങൾ കണ്ടെത്തും. മുമ്പ് ഉണ്ടായിരുന്നതുപോലെയല്ലാത്ത വസ്തുക്കളെ വിളിച്ചുവരുത്താൻ കഴിയും. കാണപ്പെടാത്തവ കാണുന്നവയായി മാറും.

മറ്റൊരു വൈകുന്നേരം, രാത്രിയോടടുത്ത സമയം, ഞാനൊരു പാർക്കിലിരിക്കയായിരുന്നു. സൂര്യാസ്തമയം വീക്ഷിക്കുകയായിരുന്നു എന്റെ ഉദ്ദേശ്യം. ഞാൻ സൂര്യനെ നോക്കിക്കൊണ്ടിരുന്നു. ലോസ് ഏഞ്ചൽസ് നഗരത്തിലെ ഒരു വീടുപോലെയാണ് സൂര്യനെന്ന് ഞാൻ ചിന്തിക്കാൻ തുടങ്ങി; നമ്മുടെ സൂര്യനു പിറകിൽ ഒരു വലിയ സൂര്യനുണ്ട് - അങ്ങനെ അനന്തമായി. ഈ ചിന്ത ഭാവനയെ വിഭ്രമിപ്പിക്കുകയും, അനേകസൂര്യന്മാരെപ്പറ്റിയും സൗരയൂഥങ്ങളെപ്പറ്റിയും ക്ഷീരപഥത്തിനുമപ്പുറമുള്ള അനന്തതയെപ്പറ്റിയും ചിന്തിക്കാനും ധ്യാനിക്കാനുമുള്ള നിലയിലേക്ക് ഭാവനയെ നയിക്കുകയും ചെയ്തു. അനന്തസാഗരതീരത്തിലെ ഒരു മൺതരി മാത്രമാണ് ഈ ലോകം.

ഓരോ ഭാഗങ്ങളെ കാണുന്നതിനുപകരം നാം സമഗ്രതയെ, സർവ്വതിന്റെയും ഏകതയെ നോക്കിക്കാണുക. നമ്മൾ കവി പറഞ്ഞതുപോലെയാണ്: "ഒരു ബൃഹത്തായ പൂർണ്ണത്തിന്റെ വിവിധ ഭാഗങ്ങൾ എന്ന നിലയിൽ അതിന്റെ ശരീര പ്രകൃതം, ദൈവം ആത്മാവും."

സത്യത്തിൽ മനുഷ്യന്റെ ഭാവനാത്മകമനസ്സിൽ നിന്നാണ് എല്ലാ മതങ്ങളും ജനിച്ചത്. ഭാവനാതലത്തിൽ നിന്നുതന്നെ

യല്ലേ ടെലിവിഷനും റേഡിയോവും റഡാറും, സൂപ്പർ ജെറ്റുകളും മറ്റ് ആധുനിക കണ്ടുപിടുത്തങ്ങളുമെല്ലാം ഉണ്ടായത്? നിങ്ങളുടെ ഭാവന അനന്തതയുടെ നിധിപ്പുരയാണ്. അത് സംഗീതവും കലയും കവിതയും കണ്ടുപിടുത്തങ്ങളും അടങ്ങുന്ന എല്ലാ അമൂല്യരത്നങ്ങളും നിങ്ങൾക്കായി തരുന്നു.

ഒരു പുരാതനാവശിഷ്ടത്തെയോ പഴയ ക്ഷേത്രത്തെയോ പിരമിഡിനെയോ നോക്കിക്കൊണ്ട് അവയുടെ മരിച്ച ഭൂതകാലരേഖകളൊക്കെ നിങ്ങൾക്ക് പുനഃസൃഷ്ടിക്കാൻ കഴിയും. വളരെപ്പഴയ, നാശമടഞ്ഞ, ഒരു പള്ളിപ്പറമ്പിൽ, സർവ്വവിധ പ്രതാപങ്ങളോടെയും സൗന്ദര്യങ്ങളോടെയും ഉയിർത്തെഴുന്നേല്ക്കുന്ന ഒരു ആധുനിക നഗരത്തെ നിങ്ങൾക്ക് കാണാൻ കഴിയും. നിങ്ങൾ ആഗ്രഹത്തിന്റെയോ, ഇല്ലായ്മയുടെയോ തടവറയിലായിരിക്കാം. അല്ലെങ്കിൽ കൽത്തുറുങ്കിലായിരിക്കാം. എന്നാൽ ഭാവനയാൽ, നിങ്ങൾക്ക് സ്വപ്നത്തിൽപ്പോലും കാണാൻ പറ്റാത്തത്ര അളവ് സ്വാതന്ത്ര്യം കണ്ടെത്താൻ കഴിയും.

പാരീസിലെ ഓടകളിലെ മാലിന്യങ്ങൾ നീക്കുന്ന ചിക്കോയെ ഇവിടെ ഓർക്കാം. അയാൾ, പകലിന്റെ ഒരു തരി വെട്ടം ഒരിക്കലും കാണാതെതന്നെ, സ്വർഗ്ഗീയമായ ഒരു മാനസികഭാവത്തെ, ഏഴാം സ്വർഗ്ഗം എന്ന് വിശേഷിപ്പിക്കാവുന്നത്, ഭാവന ചെയ്യുകയും അതിൽ ജീവിക്കുകയും ചെയ്തു.

ബന്യൻ ജയിലിൽവച്ചാണ് തന്റെ മാസ്റ്റർപീസ് കൃതിയായ 'പിൽഗ്രിംസ് പ്രോഗ്രസ്' എഴുതിയത്. മിൽട്ടൺ അന്ധനായിരുന്നെങ്കിലും തന്റെ അന്തർനേത്രത്താൽ കണ്ടു. ഭാവന അദ്ദേഹത്തിന്റെ മസ്തിഷ്കത്തെ ഒരു തീഗോളമാക്കി, അദ്ദേഹം 'പറുദീസാനഷ്ടം' എഴുതി. അതുവഴി, ദൈവത്തിന്റെ സ്വർഗ്ഗത്തിൽ ചിലത് എങ്ങുമുള്ള എല്ലാവർക്കുമായി കൊണ്ടുവന്നു.

ഭാവനയെന്നത് മിൽട്ടന്റെ ആത്മീയനേത്രമാണ്. അതുവഴി അദ്ദേഹത്തിന് ദൈവത്തിന്റെ വ്യവഹാരങ്ങളിലേക്ക്

പ്രവേശിക്കാനും അതുവഴി സ്ഥല, കാല, വസ്തുപരിധികളെ ഇല്ലായ്മ ചെയ്യാനും അദൃശ്യമായ സാന്നിദ്ധ്യത്തിന്റെയും ശക്തിയുടെയും സത്യങ്ങളെ വെളിപ്പെടുത്താൻ കഴിയുകയും ചെയ്തു.

പ്രതിഭാശാലിയായ ഒരു വ്യക്തിക്ക് ഉപബോധമനസ്സുമായി ഐകമത്യം ഉണ്ടായിരിക്കും. ഈ പ്രാപഞ്ചികമായ ഊർജ്ജം സംഭരണിയെ ഉപയുക്തമാക്കാനും അതുവഴി തന്റെ പ്രശ്നങ്ങൾക്ക് ഉത്തരം കണ്ടെത്താനും അയാൾക്ക് കഴിയുന്നു; അതിനയാൾ വിയർപ്പൊഴുക്കി പണിയെടുക്കേണ്ടതുമില്ല. പ്രതിഭാസ്വഭാവിയായ മനസ്സിന്റെ ഭാവനാശക്തി പരമോച്ചാവസ്ഥയിൽ വികസിച്ചവയായിരിക്കും. എല്ലാ മഹാകവികളും എഴുത്തുകാരും പൂർണ്ണവികസിതവും പരിപോഷിക്കപ്പെട്ടതുമായ ഭാവനാശക്തികൊണ്ട് അനുഗൃഹീതരാണ്.

ഷേക്സ്പിയർ പഴങ്കഥകളും നാടോടിക്കഥകളും അക്കാലത്തെ പുരാവൃത്തങ്ങളും കേട്ടുകൊണ്ടിരിക്കുന്നത് ഞാൻ എന്റെ മുന്നിൽ കാണുന്നു. തന്റെ മനസ്സിലുള്ള നാടകത്തിൽ ഈ കഥാപാത്രങ്ങളെയെല്ലാം പെടുത്തിക്കൊണ്ട് അവയുടെ പട്ടിക ഇരുന്നു തയ്യാറാക്കുന്ന ഷേക്സ്പിയറിനെയും ഞാൻ കാണുന്നു... അവരോരോരുത്തരെയും അദ്ദേഹം അണിയിക്കുന്നു, അവർക്ക് മുടിയും ചർമ്മവും പേശിയും അസ്ഥിയും ചമയങ്ങളുമെല്ലാം നൽകുന്നു. അവരെ ചലനാത്മകമാക്കുന്നു; നാമെല്ലാം നമ്മെപ്പറ്റിത്തന്നെയാണ് വായിക്കുന്നതെന്ന് തോന്നത്തക്കരീതിയിൽ അവരെ ഏറെ ജീവസ്സുറ്റവരാക്കുന്നു.

നിങ്ങളുടെ ഭാവന ഉപയോഗിക്കുക. എന്നിട്ട് നിങ്ങളുടെ പിതാവിന്റെ പ്രവൃത്തി ചെയ്യുക. 'നിങ്ങളുടെ പിതാവിന്റെ പ്രവൃത്തി' എന്നത് നിങ്ങളുടെ ബുദ്ധിയെയും കഴിവുകളെയും അറിവിനെയും പ്രാപ്തിയെയും കൂടുതൽ തിളക്കത്തോടെ മുന്നോട്ട് കൊണ്ടുവരുന്നതോടൊപ്പം, നിങ്ങളെപ്പോലെ തന്നെ മറ്റുള്ളവരെയും അനുഗ്രഹിക്കുക എന്നതു

മാണ്. നിങ്ങൾ ഒരു ചെറിയ കട തുടങ്ങുകയും, എന്നാൽ നിങ്ങളുടെ ഭാവനയിൽ അത് വലിയ കടയാണെന്നും നിങ്ങളുടെ സഹജീവിക്ക് മഹത്തായ സേവനം നൽകുകയാണെന്നും തോന്നിയാൽ, നിങ്ങൾ പിതാവിന്റെ പ്രവൃത്തിയാണ് ചെയ്യുന്നതെന്ന് പറയാം.

നിങ്ങൾ ഒരു ചെറുകഥാകൃത്താണെങ്കിൽ, നിങ്ങൾക്ക് പിതാവിന്റെ പ്രവൃത്തി ചെയ്യാൻ കഴിയും. നിങ്ങൾ സുവർണ നിയമത്തെപ്പറ്റി ഉത്ബോധിപ്പിക്കുന്ന ഒരു കഥ മനസ്സിൽ മെനയുക.

ആ കഥയിലെ എല്ലാ കഥാപാത്രങ്ങളിലേക്കും നിങ്ങളുടെ ആത്മീയപ്രചോദിതമായതും ഉയർന്ന കലാത്മകത പ്രകടിപ്പിക്കുന്നതുമായ മനസ്സ് സന്നിവേശിപ്പിക്കുക; നിങ്ങളുടെ കഥ തീർച്ചയായും ആകർഷകവും പൊതുജനത്തിന് തീവ്രമായ താൽപ്പര്യം ഉണർത്തുന്നതുമായിരിക്കും.

മനുഷ്യന്റെ സത്യം എപ്പോഴും സുന്ദരവും വിസ്മയകരവുമായിരിക്കും. നമ്മൾ ഒരു കഥയോ നോവലോ എഴുതുമ്പോൾ, സത്യത്തെ അതിന്റെ വസ്ത്രങ്ങളായ അഴകുകൊണ്ടും സൗന്ദര്യം കൊണ്ടും അലങ്കരിക്കണമെന്ന് തീർച്ചയായും നാം ഉറപ്പുവരുത്തണം. നിങ്ങൾക്ക് ഒരു ഓക്ക് ഫലത്തെ നോക്കാനും, നിങ്ങളുടെ ഭാവനാദൃഷ്ടികൊണ്ട് അരുവികളും തോടുകളും നദികളും നിറഞ്ഞ അതിഗംഭീരമായ ഒരു വനത്തെ സൃഷ്ടിക്കാനും കഴിയും. നിങ്ങൾക്ക് ആ കാടിനെ എല്ലാത്തരത്തിലുള്ള ജീവരൂപങ്ങളെക്കൊണ്ടും നിറയ്ക്കാം; കൂടാതെ ഓരോ മേഘത്തിലും ഓരോ വില്ലുകൾ ചാർത്താം. നിങ്ങൾക്ക് ഒരു മരുഭൂമിയിൽ നോക്കിക്കൊണ്ട് ആനന്ദത്തോടെ, ഒരു റോസാപ്പൂ വിടരുന്നത് കാണാം.' മുള്ളുകൾക്കുപകരം ദേവദാരു മരങ്ങൾ വരുന്നു. വനറോസാച്ചെടിക്കുപകരം കൊളുന്തുമരം വളരുന്നു.' സഹജാവബോധം, ഭാവന എന്നിവയാൽ അനുഗ്രഹിക്കപ്പെട്ട മനുഷ്യർ മരുഭൂമി

യിൽ വെള്ളം കാണുന്നു. മറ്റുള്ളവർ പണ്ട് മരുപ്പറമ്പും കാടും മാത്രം ദർശിച്ച ഇടത്ത് അവർ നഗരങ്ങൾ സൃഷ്ടിക്കുന്നു.

നഗരമുണ്ടാക്കുന്ന ഒരു ആർക്കിടെക്റ്റ്, താൻ കിണറു കുഴിക്കുന്നതിനും കെട്ടിടം പണിയുന്നതിനും മുമ്പുതന്നെ പ്രവർത്തക സജ്ജമായ സൗധങ്ങളും ജലധാരകളും കാണുന്നു. 'ഞാൻ വൻകാടിനെ ജലതടാകവും വരണ്ട ഭൂമിയെ ജലസ്രോതസ്സുകളുമാക്കുന്നു.'

ദീർഘങ്ങളായ മണിക്കൂറുകളോ, കഠിനപരിശ്രമമോ, അർദ്ധരാത്രിയിൽ കത്തുന്ന എണ്ണവിളക്കുകളോ ഒരു മിൽട്ടണെയോ ഷേക്സ്പിയറെയോ ബീഥോവിനെയോ നിർമ്മിക്കില്ല. മനുഷ്യർ പ്രശാന്തനിമിഷങ്ങളിലൂടെയാണ് മഹത്തായവയെ സാക്ഷാത്കരിക്കുന്നത്. കാലത്തിന്റെ ധാരാ പ്രവാഹത്തിൽ നിന്ന് അദൃശ്യമായവ വ്യക്തമായി ദൃശ്യമാകുന്നതായി ഭാവന ചെയ്യപ്പെടുന്നു.

നിങ്ങളുടെ കാൻവാസിൽ പ്രകാശിക്കപ്പെടുന്ന അവന്റെ അനിർവചനീയമായ സൗന്ദര്യത്തെ നിങ്ങൾക്ക് വിഭാവനം ചെയ്യാൻ കഴിയുന്നു. നിങ്ങൾ സൗന്ദര്യത്തെ സ്നേഹിക്കുന്ന ഒരു ശരിയായ കലാകാരനാണെങ്കിൽ നിങ്ങൾക്കതിനു സാധിക്കും. മഹത്തായ സൗന്ദര്യം അനായാസമാണ് ആവിഷ്കൃതമാകുന്നത്. മഹത്തായ പ്രചോദനത്തിന്റെ നിമിഷങ്ങൾ നിങ്ങളിലേക്കെത്തുന്നു; വിയർപ്പുകൊണ്ടോ കഠിനമായ ശാരീരിക, മാനസിക അദ്ധ്വാനം കൊണ്ടോ അവിടെ ഒന്നും ചെയ്യാനില്ല.

ഗ്രീൻവിച്ച് വില്ലേജിൽവച്ച് ഞാനൊരു കവിയെക്കണ്ടു. അയാൾ മനോഹരമായ കവിതകളെഴുതും; ക്രിസ്മസ് സമയത്ത് അയാൾ ആ കവിതകൾ കാർഡുകളിൽ അച്ചടിച്ച് വിൽക്കും. ഈ കവിതകളിൽ ചിലവ ആത്മീയപ്രേമത്തിന്റെ മനോഹരരത്നങ്ങളായിരുന്നു. താൻ വെറുതെയിരിക്കുമ്പോൾ വാക്കുകൾ തന്റെ മനസ്സിലേക്ക് ഒരു മനോഹരദൃശ്യത്തിന്റെ അകമ്പടിയോടെ ഒഴുകിയെത്തുമെന്ന് അയാൾ പറഞ്ഞു.

പൂക്കളും മനുഷ്യരും സുഹൃത്തുക്കളുമെല്ലാം അയാളുടെ മനസ്സിലേക്ക് സുവ്യക്തതയോടെ കടന്നുവരും.

ഈ കൽപ്പനകൾ അയാളോട് സംസാരിക്കും. അവ അവയുടെ കഥ പറയും. എപ്പോഴും ആ കവിതകൾ, താരാട്ടുകൾ, പാട്ടുകൾ എല്ലാംതന്നെ പൂർണ്ണരൂപത്തോടെയാകും അയാളിൽ പ്രത്യക്ഷപ്പെടുക, ഒരു തരി ശ്രമം പോലുമില്ലാതെ. താൻ മനോഹര കവിതകളെഴുതുകയാണെന്നും അവ മനുഷ്യരുടെ ഹൃദയത്തെ ഉത്തേജിപ്പിക്കുകയാണെന്നും ഭാവനചെയ്യുകയെന്നതാണ് ആ കവിയുടെ ശീലം.

ഭാവനയുടെ ആവിഷ്കാരമാണ് കവിതയെന്ന് ഷെല്ലി പറഞ്ഞു. ഒരു കവി പ്രേമത്തെപ്പറ്റി ധ്യാനിക്കുകയും അതിനെപ്പറ്റി എഴുതാൻ അഭിലഷിക്കുകയും ചെയ്യുമ്പോൾ, അയാളിലെ അദൃശ്യമായ ധിഷണയും വിവേകവും മനസ്സിനെ ഇളക്കുന്നു. ദൈവിക സൗന്ദര്യത്തിന്റെ മന്ത്രം അയാളെ മൂടുകയും അയാൾ ദൈവത്തിന്റെ അനന്തമായ പ്രേമത്തിലേക്ക് ഉണർത്തപ്പെടുകയും ചെയ്യുന്നു. അങ്ങനെ അയാളുടെ വാക്കുകൾ സത്യം, ജ്ഞാനം, സൗന്ദര്യം എന്നിവയാൽ ആച്ഛാദനം ചെയ്യപ്പെടുന്നു.

ആ മഹാസംഗീതജ്ഞൻ ഉള്ളിലുണ്ട്. നിങ്ങൾ സംഗീതം അവതരിപ്പിക്കുകയോ, സംഗീതസംവിധാനം നിറവേറ്റുകയോ ചെയ്യുമ്പോൾ ഒന്നുറപ്പിക്കുക, നിങ്ങൾ ചെയ്യുന്നത് പിതാവിന്റെ പ്രവൃത്തിയാണെന്ന്.

ദൈവത്തെ മഹാസംഗീതജ്ഞനായി തിരിച്ചറിയുക എന്നതാണ് നിങ്ങളുടെ പിതാവിന്റെ പ്രവൃത്തികൾ എന്നതിൽ നിന്ന് അർത്ഥമാക്കുന്നത്. ധ്യാനിക്കുക, ചിന്തിക്കുക, പ്രാർത്ഥിക്കുക, ആ ആന്തരിക സംഗീതം നിങ്ങളിലൂടെ ആലപിക്കപ്പെടുന്നതും, ആവിഷ്കരിക്കപ്പെടുന്നതും അറിയാൻ, ദൈവസ്നേഹത്തിന്റെ ഗാനം... നിങ്ങൾ ഇതിനുമുമ്പൊരിക്കലും ആവിഷ്കരിക്കാത്തതുപോലെ ആവിഷ്കരിക്കാൻ പോകുന്നു.

എഡിസന്റെ ഓരോ കണ്ടുപിടിത്തങ്ങളും ആദ്യം ദർശിക്കപ്പെട്ടത് അദ്ദേഹത്തിന്റെ ഭാവനയിലാണ്. മറ്റൊരു മഹാസയന്റിസ്റ്റും കണ്ടുപിടുത്തങ്ങളുടെ ഉപജ്ഞാതാവുമായ റ്റെസ്ലയുടെ കാര്യത്തിലും അതുതന്നെ.

സങ്കൽപ്പിക്കാനും ഭാവന ചെയ്യാനും മുൻകൂട്ടി പ്രവചിക്കാനും നമുക്ക് മൂന്ന് കഥ പറച്ചിലുകാർ വേണമെന്ന് ഒലിവെർ വെൻഡെവൽ ഹോംസ് ആണ് പറഞ്ഞതെന്ന് തോന്നുന്നു. ഭാവന ചെയ്യാനും സ്വപ്നം കാണാനുമുള്ള ശേഷി കൊണ്ടാണ് ലോകത്തെ ചക്രങ്ങളുടെ ലോകത്തേക്കെത്തിക്കാൻ ഫോർഡിനു കഴിഞ്ഞതെന്ന് ഞാൻ വിശ്വസിക്കുന്നു.

ഭാവനചെയ്യാനുള്ള നിങ്ങളുടെ കഴിവ് കാലസ്ഥലങ്ങളുടെ സകല പ്രതിബന്ധങ്ങളെയും ഇല്ലാതാക്കാൻ നിങ്ങളെ പ്രാപ്തമാക്കുന്നു. നിങ്ങൾക്ക് ആന്തരികനേത്രം കൊണ്ട് ഭൂതകാലത്തെ പുനർനിർമ്മിക്കാനോ ഭാവിയെപ്പറ്റി പര്യാലോചിക്കാനോ കഴിയുന്നു. ഉൽപ്പത്തി പുസ്തകത്തിൽ ഇങ്ങനെ പറഞ്ഞതിൽ യാതൊരു അത്ഭുതവുമില്ല: 'ഇസ്രായേൽ ജോസഫിനെ (ഭാവന) സ്നേഹിച്ചു, അവന്റെ മറ്റു സഹോദരങ്ങളെ സ്നേഹിച്ചതിനെക്കാളുമൊക്കെ.'

ചിട്ടപ്പെടുത്തുകയും, ആത്മീയവൽക്കരിക്കുകയും, നിയന്ത്രിതമാക്കുകയും, ദിശാബോധം നൽകുകയും ചെയ്താൽ, ഭാവന മനുഷ്യന്റെ ഏറ്റവും ശ്രേഷ്ഠവും ഉദാത്തവുമായ സ്വഭാവഗുണമായി മാറും.

കുറച്ചുകൊല്ലങ്ങൾക്കു മുമ്പ്, യുവാവായ ഒരു കെമിസ്റ്റുമായി ഞാൻ സംസാരിക്കുകയായിരുന്നു. തന്റെ മേലുദ്യോഗസ്ഥർ ഒരു പ്രത്യേകതരം ജർമ്മൻ ഡൈ ഉൽപ്പാദിപ്പിക്കാൻ ശ്രമിച്ചുകൊണ്ടിരിക്കുകയും അത് പരാജയപ്പെടുകയും ചെയ്തെന്ന് അയാൾ എന്നോട് പറഞ്ഞു. അയാളേയും അവർ അതുണ്ടാക്കാനുള്ള ഉത്തരവാദിത്വം ഏൽപ്പിച്ചു. അയാൾ അതുമായി വിജയകരമായി മുന്നോട്ടുപോയി.

ബുദ്ധിമുട്ടില്ലാതെ അത് സംശ്ലേഷണം ചെയ്യാനും മിശ്രണം ചെയ്യാനും കഴിയുകയില്ല എന്ന കാര്യം താൻ അറിഞ്ഞില്ലെന്നാണ് അയാൾ തന്റെ അഭിപ്രായമായി പറഞ്ഞത്. ഇതു കേട്ട് മേലുദ്യോഗസ്ഥർ വിസ്മയിക്കുകയും, അയാളുടെ വിജയരഹസ്യം അറിയാൻ ആഗ്രഹിക്കുകയും ചെയ്തു. തന്റെ ഉത്തരം ആദ്യം തന്നെ താൻ ഭാവന ചെയ്തുവെന്നായിരുന്നു അയാളുടെ മറുപടി. പറഞ്ഞത് കൂടുതൽ വ്യക്തമാക്കാൻ മേലുദ്യോഗസ്ഥർ ആവശ്യപ്പെട്ടപ്പോൾ, "Answer!" എന്ന വാക്കിലെ ഓരോ അക്ഷരവും തിളങ്ങുന്ന ചുമപ്പുവർണ്ണത്തിൽ തന്റെ മനസ്സിൽ തെളിഞ്ഞു കാണാൻ സാധിച്ചിരുന്നതായി അയാൾ പറഞ്ഞു. പിന്നീട് അയാൾ ആ അക്ഷരങ്ങളുടെ താഴെ ഒരു ശൂന്യതയെ ഭാവനയാൽ സൃഷ്ടിച്ചു. താൻ അക്ഷരങ്ങൾക്കടിയിൽ രാസസൂത്രവാക്യം ഭാവന ചെയ്യുമ്പോൾത്തന്നെ, ഉപബോധമനസ്സ് ആ ശൂന്യതയെ നിറയ്ക്കുമെന്നറിഞ്ഞുകൊണ്ടുതന്നെയാണ് അയാൾ ഇങ്ങനെ സങ്കൽപ്പിച്ചത്. മൂന്നാമത്തെ രാത്രി അയാൾ ഒരു സ്വപ്നം കണ്ടു. പൂർണ്ണമായ രാസസൂത്രവാക്യവും ആ ഡൈയുടെ സംയുക്തം ഉണ്ടാക്കുന്ന രീതിയും ആ സ്വപ്നത്തിൽ വളരെ വ്യക്തമായി ലഭ്യമായി.

'ജോസഫ്(ഭാവന) സ്വപ്നം കാണുന്നവനാണ്, സ്വപ്നങ്ങളെ സ്വപ്നം കാണുന്നവനാണ്' അവർ അദ്ദേഹത്തെ കൊല്ലാൻ ഉപജാപമുണ്ടാക്കി. അവർ പരസ്പരം നോക്കിക്കൊണ്ടു പറഞ്ഞു, 'ദാ, സ്വപ്നജീവി വരുന്നു.' ഒരുപക്ഷേ, നിങ്ങൾ ഈ ബൈബിൾ ഉദ്ധരണികൾ വായിക്കുമ്പോൾ, നിങ്ങളുടെ അഭിലാഷത്തെ, ആദർശത്തെ അല്ലെങ്കിൽ സ്വപ്നത്തെ നശിപ്പിക്കാനായി നിങ്ങളുടെ സ്വന്തം മനസ്സിൽ ഭയചിന്ത, സംശയചിന്ത, ഉത്കണ്ഠകൾ എന്നിവ ഒത്തൊരുമിക്കുന്നതു കാണാം. നിങ്ങൾ അവസ്ഥകളെ, അല്ലെങ്കിൽ ചുറ്റുപാടുകളെ നോക്കുന്നു. അപ്പോൾ നിങ്ങളിൽ ഭയം ഉയരുന്നു; എന്നാൽ

അപ്പോഴും അഭിലാഷം നിങ്ങളിലുണ്ട്. അത് നിങ്ങൾ തിരിച്ചറിയുകയാണെങ്കിൽ, നിങ്ങൾക്ക് സമാധാനം ഉണ്ടാവുകയും നിങ്ങളുടെ പ്രശ്നങ്ങൾ പരിഹൃതമാവുകയും ചെയ്യും.

നിങ്ങൾ തീർച്ചയായും ജോസഫിനെപ്പോലെയാകണം. ഒരു പ്രായോഗിക സ്വപ്നദർശിയാകണം. നിങ്ങളുടെ സ്വപ്നങ്ങൾ യാഥാർത്ഥ്യമാക്കണമെന്ന് തീരുമാനിക്കുക. വസ്തുക്കളുടെ പുറം പ്രത്യക്ഷത്തിൽ നിന്നും, ഇന്ദ്രിയാനുഭവപരമായ തെളിവുകളിൽ നിന്നും ശ്രദ്ധ തിരിക്കുകയും വേർപെടുത്തുകയും ചെയ്യുക. നിങ്ങൾ എന്താണോ അപേക്ഷിക്കുന്നത് അതിനെ ഇന്ദ്രിയങ്ങൾ നിഷേധിക്കുകയാണെങ്കിലും, നിങ്ങളുടെ ഹൃദയത്തിൽ അത് സത്യമാണെന്ന് തറപ്പിച്ചുറപ്പിക്കുക.

ഭയത്തിന്റെയും സംശയത്തിന്റെയും വ്യാജദൈവങ്ങളിൽ അലഞ്ഞുകൊണ്ടിരിക്കുന്ന നിങ്ങളുടെ മനസ്സിനെ തിരിച്ചുകൊണ്ടുവരിക. അത് നിങ്ങളിലുള്ള ആത്മീയശക്തിയുടെ സർവ്വശക്തി പ്രഭാവത്തിൽ വിശ്രമംകൊള്ളട്ടെ.

നിങ്ങളുടെ തന്നെ സ്വന്തം മനസ്സിന്റെ മൗനത്തോടെയും പ്രശാന്തിയോടെയും, ഒരൊറ്റ ശക്തിയും ഒരൊറ്റ സാന്നിദ്ധ്യവും മാത്രമേ ഉള്ളെന്ന വസ്തുതയിൽ വിലയം കൊള്ളുക. ഈ ശക്തിയും സാന്നിദ്ധ്യവും ഇപ്പോൾ നിങ്ങളുടെ ചിന്തയോട് പ്രതികരിച്ചുകൊണ്ടിരിക്കുന്നു. നിങ്ങളുടെ ആത്മാവിന് മാർഗ്ഗനിർദേശവും, കരുത്തും, ശാന്തിയും, പരിപോഷണവും നൽകിക്കൊണ്ടാണ് ഈ പ്രതികരണം. ദൈവശക്തിക്ക് എല്ലാത്തിനുമുള്ള ഉത്തരമുണ്ടെന്നും അതിപ്പോൾ നിങ്ങൾക്ക് മാർഗ്ഗം കാണിച്ചുതരികയാണെന്നും അറിഞ്ഞുകൊണ്ട്, ആത്മീയശക്തിയുടെ പരമാധികാരം അംഗീകരിക്കുന്നതിൽ നിങ്ങളുടെ എല്ലാ മാനസിക ശ്രദ്ധയും കേന്ദ്രീകരിക്കുക. അതിൽ വിശ്വസിക്കുക. അതിൽ സമർപ്പിക്കുക. എന്നിട്ട് നിങ്ങളുടെ പ്രാർത്ഥനയ്ക്കു ലഭിച്ച ഉത്തരത്തിന്റെ വെളിച്ചത്തിൽ ഭൂമിയിലൂടെ നടന്നുപോവുക.

നാമെല്ലാവരും കൊളംബസിന്റെ കഥയും അദ്ദേഹം അമേരിക്ക കണ്ടുപിടിച്ചതിനെപ്പറ്റിയും വായിച്ചിട്ടുണ്ട്. അദ്ദേഹത്തിന്റെ ഭാവനയാണ് ആ കണ്ടുപിടുത്തത്തിലേക്ക് അദ്ദേഹത്തെ നയിച്ചത്. അദ്ദേഹത്തിന്റെ ഭാവനയും ഒരു ദിവ്യശക്തിയിലുള്ള വിശ്വാസവും ചേർന്ന് അദ്ദേഹത്തിന് വിജയം കരഗതമായി.

അദ്ദേഹം സഞ്ചരിച്ച കപ്പലിലെ നാവികർ അദ്ദേഹത്തോട് ചോദിച്ചു: "എല്ലാ പ്രത്യാശകളും നശിച്ച സ്ഥിതിക്ക് നാമെന്തു ചെയ്യും?" അദ്ദേഹത്തിന്റെ മറുപടി ഇങ്ങനെയായിരുന്നു, 'പ്രഭാതം പൊട്ടി വിടരുമ്പോൾ, തുഴഞ്ഞുകൊണ്ടിരിക്ക്, തുഴഞ്ഞുകൊണ്ടിരിക്ക്' എന്ന് നിങ്ങൾ പറയും. പ്രാർത്ഥനയുടെ താക്കോൽ ഇതാണ്; പരമലക്ഷ്യത്തിൽ അവസാനം വരെ വിശ്വസിക്കുക; മാർഗ്ഗത്തിലെ ഓരോ ചുവടിലും ഈ വിശ്വാസം അന്തിമലക്ഷ്യം വരെ നിലനിർത്തുക. നിങ്ങൾ ലക്ഷ്യം വിഭാവനം ചെയ്തതുകൊണ്ടുതന്നെ അത് സുരക്ഷിതമാണെന്ന് ഹൃദയത്തിൽ അറിഞ്ഞുകൊണ്ടായിരിക്കണം ഈ വിശ്വാസസമർപ്പണം.

തന്റെ സുവ്യക്തമായ ഭാവനയിലൂടെ കോപ്പർനിക്കസ് ഭൂമി അതിന്റെ അച്ചുതണ്ടിൽ കറങ്ങുന്നതെങ്ങനെയാണെന്ന് വെളിപ്പെടുത്തി. ഇത് പഴയ ജ്യോതിശ്ശാസ്ത്രനിയമങ്ങളെയെല്ലാം കാലഹരണപ്പെട്ടതായി തള്ളിക്കളഞ്ഞു.

ഞാനൊരു കാര്യം പറയാം. നാമെല്ലാം ഇടയ്ക്കിടയ്ക്ക് നമ്മുടെ ആശയങ്ങളെ പുതുക്കിപ്പണിതുകൊണ്ടിരിക്കണം. നമ്മുടെ വിശ്വാസങ്ങളെയും അഭിപ്രായങ്ങളെയും പരിശോധിച്ചുകൊണ്ടായിരിക്കണം ഇതു ചെയ്യേണ്ടത്. സ്വയം സത്യസന്ധമായി ഇങ്ങനെ ചോദിച്ചിരിക്കുകയും വേണം, "ഞാനത് വിശ്വസിക്കുന്നുണ്ടോ? എവിടെ നിന്നായിരുന്നു ആ അഭിപ്രായം വന്നത്?" ചിലപ്പോൾ, നാം പുലർത്തുന്ന ധാരാളം ആശയങ്ങളും തത്വങ്ങളും വിശ്വാസങ്ങളും അഭിപ്രായങ്ങളു

മെല്ലാം അപ്പാടെ അബദ്ധങ്ങളായിരിക്കാം. നാം അവയെ സത്യങ്ങളായി സ്വീകരിച്ചത് അവയുടെ വാസ്തവികതയോ കൃത്യതയോ എന്തെന്ന് അന്വേഷിക്കാതെയും ആയിരിക്കാം. എന്തുകൊണ്ടെന്നാൽ നമ്മുടെ അച്ഛനും അപ്പൂപ്പനുമൊക്കെ അവയെ ഒരു പ്രത്യേക രീതിയിൽ വിശ്വസിച്ചവയാണ്. അവർ അങ്ങനെ വിശ്വസിച്ചുവെന്നത് തീർച്ചയായും നാം സ്വീകരിക്കണമെന്നതിനുള്ള യുക്തി അല്ല.

ഒരിക്കൽ ഒരു സ്ത്രീ എന്നോട് ഒരു കാര്യം പറഞ്ഞു. അവളുടെ ഒരു ആശയം തീർച്ചയായും സത്യമാണെന്നായിരുന്നു അവൾ പറഞ്ഞത്. അവളുടെ മുത്തശ്ശി അതിൽ വിശ്വസിച്ചിരുന്നു എന്നതാണ് ഈ ആശയത്തിന്റെ വാസ്തവികതയുടെ യുക്തിയായി അവൾ ചൂണ്ടിക്കാണിച്ചത്. എന്ത സംബന്ധമാണിത്! സത്യമല്ലാത്ത ഒട്ടേറെ കാര്യങ്ങളെ നമ്മുടെ വംശീയ മനസ്സ് വിശ്വസിക്കുന്നു. തലമുറ തലമുറയായി പകർന്നു വന്ന ഒന്ന് സാധുവായിരിക്കണമെന്നില്ല. അത് അവസാനവാക്കോ ആധികാരികമായതോ ആകണമെന്നുമില്ല.

ഇപ്പോൾ സൂചിപ്പിച്ച ഈ സ്ത്രീ സത്യസന്ധയും സദുദ്ദേശ്യമുള്ളവളുമായിരുന്നു. മനശ്ശാസ്ത്രപരമായ സത്യങ്ങൾ അവരെ വേഗം സ്പർശിക്കുമായിരുന്നു. ബൈബിളിലുള്ള സകലതിനെയും അവർ അക്ഷരാർത്ഥത്തിൽത്തന്നെയെടുത്തു. ഈ മനസ്സ് പ്രവർത്തിക്കുന്നത് മുൻവിധിയോടെയും അന്ധവിശ്വാസപരതയോടെയുമാണ്. തന്നിലെ സ്ഥാപിതമായ വിശ്വാസങ്ങളോടും അഭിപ്രായങ്ങളോടും മുന്നേ രൂപീകൃതമായ സങ്കൽപ്പങ്ങളോടും പൊരുത്തപ്പെടാത്ത എല്ലാത്തിനോടും അവർ എതിർപ്പു കാട്ടിയിരുന്നു.

നമ്മുടെ മനസ്സ് ഒരു പാരച്യൂട്ട് പോലെയാകണം. അത് വിടരണം. അങ്ങനെ വിടർന്നില്ലെങ്കിൽ അത് കൊള്ളുകില്ലെന്ന് പറയേണ്ടിവരും. അതുപോലെ നാം നമ്മുടെ കണ്ണുകളും

മനസ്സുകളും പുതിയ സത്യങ്ങൾക്കു നേരെ തീർച്ചയായും തുറക്കണം. നവീനമായ സത്യത്തിനും നവീനമായ അറിവിനും വേണ്ടി നാം തീർച്ചയായും വിശക്കുകയും ദാഹിക്കുകയും വേണം. അത് നമ്മെ എല്ലാ പ്രശ്നങ്ങൾക്കുമപ്പുറത്ത്, വിശ്വാസത്തിന്റെയും ധാരണയുടെയും ചിറകുകളിൽ പറന്നുയരാൻ പ്രാപ്തരാക്കും.

വർത്തമാനകാലത്തെ എല്ലാ പ്രശസ്ത ജീവശാസ്ത്രജ്ഞന്മാരും ഊർജ്ജതന്ത്രജ്ഞന്മാരും ഗണിതശാസ്ത്രജ്ഞന്മാരുമെല്ലാം തന്നെ വ്യക്തതയുള്ള ശാസ്ത്രീയ ഭാവന കൊണ്ട് അനുഗൃഹീതരായ വ്യക്തിത്വങ്ങളാണ്.

ഐൻസ്റ്റീന്റെ ആപേക്ഷിക സിദ്ധാന്തം ആദ്യം ഉദ്ഭൂതമായത് അദ്ദേഹത്തിന്റെ ഭാവനയിലാണെന്നതുതന്നെ ഉദാഹരണം.

പുരാതന ഈജിപ്റ്റിലെ ശവകുടീരങ്ങൾ പഠിക്കുന്ന പുരാവസ്തുശാസ്ത്രജ്ഞരും ഫോസിൽ പഠനശാസ്ത്രജ്ഞരും തങ്ങളുടെ ഭാവനാത്മകമായ ദർശനശക്തികൊണ്ട് പുരാതനമായ രംഗങ്ങളെ പുനർനിർമ്മിക്കുന്നു. മൃതമായ ഭൂതകാലം ഒരിക്കൽക്കൂടി സജീവവും ശ്രവ്യവുമാകുന്നു. പുരാതനമായ അവശിഷ്ടങ്ങളും അവയിലെ ഹിയറോഗ്ലിഫിക്സ് ചിഹ്നങ്ങളും നോക്കിക്കൊണ്ട് ഭാഷയില്ലാതിരുന്ന ഒരു യുഗത്തെപ്പറ്റി ശാസ്ത്രകാരന്മാർ നമ്മോട് പറയുന്നു. മുരൾച്ചകൾകൊണ്ടും അമറലുകൾ കൊണ്ടും ആംഗ്യചിഹ്നങ്ങൾ കൊണ്ടുമായിരുന്നു വിനിമയങ്ങൾ നടന്നത്. ശാസ്ത്രജ്ഞന്റെ ഭാവന, അയാളെ പുരാതന ക്ഷേത്രങ്ങൾക്ക് മേല്ക്കൂരയണിയിക്കാൻ പ്രാപ്തനാക്കുന്നു; തീർച്ചയായും അത് പൂന്തോട്ടങ്ങളാലും തടാകങ്ങളാലും ജലധാരകളാലും ചുറ്റപ്പെട്ടതാണ്. ഫോസിലവശിഷ്ടങ്ങൾ കണ്ണുകളാലും പേശികളാലും സ്നായുക്കളാലും മൂടപ്പെടുന്നു. അവ വീണ്ടും നടക്കുകയും സംസാരിക്കുകയും ചെയ്യുന്നു. ഭൂതകാലം സജീവ വർത്തമാന

കാലമാകുന്നു. നാം വാസ്തവത്തിൽ ഭാവനയിൽ കാണുന്നത് കാലമോ സ്ഥലമോ ഇല്ലെന്നാണ്. നിങ്ങളുടെ ഭാവനാശക്തി കൊണ്ട് നിങ്ങൾക്ക് എക്കാലത്തെയും ഏറ്റവും പ്രചോദിത രായ എഴുത്തുകാരുടെ സഹയാത്രികനാകാൻ കഴിയും.

ഇയ്യിടെ ഞാൻ ലോസ് ഏഞ്ചൽസിലെ വിൽഷെർ എബെൽ തിയേറ്ററിൽ ഒരു ഞായറാഴ്ചപ്രസംഗം നടത്തി. വെളിപാടു പുസ്തകത്തിന്റെ ഇരുപത്തൊന്നാം അദ്ധ്യായ മായിരുന്നു പ്രഭാഷണവിഷയം. അതിന് തലേദിവസം ഞാൻ താഴെപ്പറയുന്ന വരികളുടെ ആന്തരികാർത്ഥത്തെപ്പറ്റി ചിന്തി ച്ചുകൊണ്ടിരിക്കയായിരുന്നു. പ്രചോദിതമായ ആ വരികളെ ഴുതിയ മിസ്റ്റിക്ക് ദാർശനികന്റെ സാന്നിദ്ധ്യവും തൊട്ടടുത്ത സൗഹൃദവും സത്യത്തിൽ സഹജാവബോധത്തിലെന്ന പോലെ എനിക്കനുഭവപ്പെട്ടു.

'ഞാൻ എന്ന ജോൺ, ആ പരിശുദ്ധനഗരം, പുതിയ ജെറുശലേം, സ്വർഗ്ഗസ്ഥനായ ദൈവത്തിൽ നിന്നിറങ്ങിവരു ന്നത് കണ്ടു. തന്റെ ഭർത്താവിനായി അലംകൃതയായ മണ വാട്ടിയെപ്പോലെയായിരുന്നു ആ വരവ്. സ്വർഗ്ഗത്തിൽനിന്ന് മഹിതമായ ഒരു സ്വരം ഉയർന്നതും ഞാൻ കേട്ടു. അതിങ്ങനെ യായിരുന്നു: "ദൈവത്തിന്റെ കൂടാരം മനുഷ്യർക്കൊപ്പമാണ്. അവൻ അവരോടൊപ്പം വസിക്കുകയും അവരുടെ ദൈവമായി രിക്കുകയും ചെയ്യും." (വെളിപാട് 21 :2, 2)

ഇപ്പോൾ നിങ്ങൾക്ക് നിങ്ങളുടെ മനസ്സിന്റെ തന്നെ ഇട നാഴിയിലൂടെ ഇറങ്ങിച്ചെല്ലാനും, മനസ്സിലൂടെ ദൈവത്തിന്റെ ശാന്തിനദി ഒഴുകിക്കൊണ്ടിരിക്കുന്നത് കാണാനും, ഉള്ളിൽ ദർശിക്കാനും അനുഭവിക്കാനും കഴിയുന്നില്ലേ? നിങ്ങളിപ്പോൾ വിശുദ്ധനഗരത്തിലാണ്- സ്വന്തം മനസ്സിൽ അനുഗ്രഹം, സന്തോഷം, വിശ്വാസം, സ്വരൈക്യം, സ്നേഹം, സൽപ്പേര് തുടങ്ങിയ സുന്ദരജനങ്ങൾ വസിക്കുന്ന ഇടത്തിലാണ്. നിങ്ങ ളുടെ മനസ്സ് ദൈവത്തിന്റെ തേജോമയ സൗന്ദര്യത്താൽ

അലംകൃതമായിരിക്കുന്നു; നിങ്ങളുടെ മാനസികനില ദൈവ സമാനതയിലേക്കും ശ്രേഷ്ഠതയിലേക്കും ഉയർത്തപ്പെട്ടിരിക്കുന്നു. നിങ്ങൾ മാനസികമായും ആത്മീയമായും ദൈവത്തെ വരിച്ചിരിക്കയാണ്, ദൈവത്തോടൊപ്പം നന്മനിറഞ്ഞ സർവ്വതിനേയും വരിച്ചിരിക്കയാണ്. നിങ്ങൾ നിങ്ങളുടെ വിവാഹ വസ്ത്രങ്ങളണിഞ്ഞിരിക്കയാണ്. എന്തെന്നാൽ നിങ്ങൾ അനന്തതയുമായി ശ്രുതിച്ചേർച്ചയിലെത്തിയിരിക്കയാണ്. ദൈവത്തിന്റെ അനന്തവൈവിദ്ധ്യങ്ങൾ നിങ്ങളുടെ മനസ്സിൽ തുടിച്ചുനിൽക്കുകയാണ്. നിങ്ങൾ ദൈവത്തിന്റെ കൂടാരമാണെന്ന് നിങ്ങളുടെ ഭാവനയിൽ, ഇന്ദ്രിയബോധത്തിൽ, ചിന്തയിൽ എല്ലാം നിങ്ങൾ മനസ്സിലാക്കുന്നു. നിങ്ങളുടെ ആത്മസത്തയുടെ ഓരോ അംശവും അവന്റെ ദിവ്യാത്മാവുകൊണ്ട് നിറയുകയും കുതിരുകയും ചെയ്യുന്നത് നിങ്ങൾ അറിയുന്നു. നിങ്ങളുടെ ഭാവന ഇപ്പോൾ ഒരു ദിവ്യോന്മാദത്താൽ ആവേശിക്കപ്പെട്ടിരിക്കയാണ്. നിങ്ങൾ ദൈവലഹരിയിലാണ്. നിങ്ങൾ ദിവ്യമായ പ്രതിശരീരം സ്വീകരിച്ചുകഴിഞ്ഞു. നിങ്ങളുടെ ഹൃദയത്തിന്റെ സ്വകാര്യമുറിയിൽ ദൈവത്തിന്റെ സാന്നിദ്ധ്യമുണ്ട്.

നിങ്ങൾ ഒരു പാറയെ നോക്കുക. ആപാറയിൽ നിന്ന് ദിവ്യമായ ഭാവനയാൽ നിങ്ങൾക്ക് മഡോണയെ പ്രത്യക്ഷപ്പെടുത്താൻ കഴിയും, മഡോണയുടെ സൗന്ദര്യദർശനവും നിത്യമായ ആനന്ദവും ആവിഷ്കൃതമാക്കാൻ കഴിയും. ഒരിക്കലും നിങ്ങളുടെ ഭാവന നെഗറ്റീവായി ഉപയോഗിക്കാൻ അനുവദിക്കപ്പെടരുത്; ഒരിക്കലും അതിനെ വികൃതമാക്കുകയോ വളച്ചൊടിക്കുകയോ ചെയ്യരുത്.

നിങ്ങൾക്ക് രോഗമോ, അപകടമോ, നിങ്ങൾക്ക് മാനസികത്തകർച്ച ഉണ്ടാക്കാൻ കാരണമായ എന്തെങ്കിലും നഷ്ടമോ വിഭാവനം ചെയ്യാം. രോഗത്തെയോ പോരായ്മയെയോ ഭാവന

ചെയ്യുകയെന്നത് നിങ്ങളുടെ മനസ്സമാധാനത്തെയും ആരോഗ്യത്തെയും സന്തോഷത്തെയുമൊക്കെ നശിപ്പിച്ചുകളയും.

കപ്പലിലേക്ക് കയറുന്നതിനിടയിൽ അസ്തമയത്തെ നോക്കിക്കൊണ്ട് ഒരു യാത്രികൻ അദ്ഭുതസ്തബ്ധനായിക്കൊണ്ട് ഇങ്ങനെ പറയുന്നത് ഞാൻ ഒരിക്കൽ കേട്ടു: 'ഞാൻ ഏറെ സന്തുഷ്ടനാണ്. ഇതെന്നത്തേക്കുമായി നിലനിൽക്കട്ടേയെന്ന് ഞാൻ പ്രത്യാശിക്കുന്നു.' അത്ര മഹത്തായ ഒരു സൂര്യാസ്തമയം കണ്ടാൽ നിങ്ങളും ചിലപ്പോൾ 'ഇത് എക്കാലവും നിലനിൽക്കുമെന്ന് ഞാൻ പ്രത്യാശിച്ചോട്ടെ?' എന്ന് പറഞ്ഞേക്കാം. പരിവർത്തനാത്മകമായ ഈ ലോകത്ത് ഒന്നും എക്കാലത്തേക്കുമായി നിലനിൽക്കില്ല; എന്നാൽ, ദൈവത്തിന്റെ സത്യങ്ങൾ എന്നെന്നേക്കുമായി നിലനിൽക്കുന്നു. രാത്രിക്കൊപ്പം ഇരുട്ടെത്തുന്നു. എന്നാൽ പ്രഭാതം വീണ്ടും വരികയും ചെയ്യുന്നു. സന്ധ്യയും വരും. കാര്യങ്ങൾ നിന്ന നിലയിൽത്തന്നെ നിൽക്കണമെന്ന് നിങ്ങൾ ഒരിക്കലും ആഗ്രഹിക്കരുത്. നിങ്ങളും അങ്ങനെ നിൽക്കണമെന്ന് കരുതരുത്. ഉള്ളിലും പുറത്തുമായി കീഴടക്കപ്പെടുന്നതും കാത്തുനിൽക്കുന്ന പുതിയ ലോകങ്ങളുണ്ട്. അനന്തമായ മാറ്റം എല്ലാ ജീവിതങ്ങളുടെയും മൂലസത്യമാണ്. നിങ്ങൾ ഒരു ചാലിൽത്തന്നെ തുടരേണ്ടതില്ല. പ്രശ്നങ്ങളെന്നാൽ ജീവിതത്തിലെ ഉത്തരത്തിനുവേണ്ടിയുള്ള നിങ്ങളോടുള്ള ചോദ്യങ്ങളാണ്. തരണം ചെയ്യുന്നതിലും അതിജീവിക്കുന്നതിലുമാണ് ഏറ്റവും മഹത്തരമായ ആനന്ദവും തൃപ്തിയും കുടിയിരിക്കുന്നത്. നാം മാറ്റം അനുഭവിച്ചില്ലെങ്കിൽ ജീവിതമെന്നത് അസഹ്യവും മുന്നോട്ട് കൊണ്ടുപോകുവാൻ ബുദ്ധിമുട്ടുള്ളതുമാകും. കാര്യങ്ങളുടെ ഏകതാനതയിൽ നാം വളരെയേറെ വിരസതയനുഭവിക്കും. നിങ്ങൾ രാത്രിയെയും പകലിനെയും, തണുപ്പിനെയും ചൂടിനെയും വെള്ളം താഴുന്നതിനെയും ഒഴുക്കിനെയും, വേനലിനെയും മഞ്ഞുകാലത്തെയും ആശയെയും

നിരാശയെയും വിജയത്തെയും പരാജയത്തെയും ഒക്കെ കണ്ടുമുട്ടുന്നു. വിപരീതങ്ങളിലൂടെ നിങ്ങൾ കടന്നുപോകുന്നത് നിങ്ങൾക്ക് കാണാനാകുന്നു; ഭാവനാശക്തിയിലൂടെ നിങ്ങൾ ആഗ്രഹിക്കുന്നതിന്റെ യാഥാർത്ഥ്യം ആത്മനിഷ്ഠമായി മനസ്സിലാക്കുകയും അതുവഴി വിപരീതങ്ങളെ പരസ്പരം പൊരുത്തപ്പെടുത്താൻ കഴിയുകയും മനസ്സമാധാനം കൈവരിക്കുകയും ചെയ്യുന്നു. സങ്കടത്തിന്റെയും മനസ്താപത്തിന്റെയും, അല്ലെങ്കിൽ പ്രണയി നഷ്ടപ്പെട്ടതിന്റെയും നടുവിൽ, നിങ്ങളുടെ ഭാവനയും വിശ്വാസവും - പക്ഷിയുടെ രണ്ട് ചിറകുകൾ -നിങ്ങളെ നിങ്ങളുടെ പിതാവായ ദൈവത്തിന്റെ മടിത്തട്ടിലേക്കെത്തിക്കും. അവിടെ നിങ്ങളുടെ ആത്മാവ് സമാധാനവും സാന്ത്വനവും ദിവ്യമായ വിശ്രാന്തിയും കണ്ടെത്തും.

നിങ്ങൾ നിങ്ങളുടെ ഭാവനയിൽ ദൈവത്തിന്റെ മുഖത്തേക്കുതന്നെ, അല്ലെങ്കിൽ സത്യത്തിലേക്കുതന്നെ ദൃഷ്ടിയൂന്നുകയാണ്. അപ്പോൾ ദൈവം എല്ലാ കണ്ണീരും മായ്ച്ചുകളയുന്നു. പിന്നെ യാതൊരു വിലാപവുമില്ല. മനുഷ്യമനസ്സിലെ എല്ലാ പുകമഞ്ഞും ദൈവസ്നേഹത്തിന്റെ സൂര്യപ്രകാശത്തിൽ അലിഞ്ഞുപോകുന്നു.

'ദൈവം എല്ലാവരുടെയും കണ്ണുനീർ അവരുടെ കണ്ണുകളിൽ നിന്ന് തുടച്ചുകളയും; പിന്നീട് മരണമോ ദുഃഖമോ രോദനമോ ഉണ്ടാവുകയില്ല; പിന്നീട് വേദന ഉണ്ടായിരിക്കില്ല: കാരണം മുമ്പുപറഞ്ഞവയെല്ലാം ഇല്ലാതായിക്കഴിഞ്ഞു. നോക്കുക, ഞാൻ എല്ലാം തന്നെ പുതിയതാക്കുന്നു.' (വെളിപാട് 4, 5)

രാത്രി കറുത്തതാകുമ്പോൾ, നിങ്ങൾ പുറത്തേക്കുള്ള മാർഗ്ഗങ്ങളൊന്നും കാണുന്നില്ല; അതിനാൽ നിങ്ങളുടെ പ്രശ്നങ്ങൾ തീവ്രമാകുന്നു. നിങ്ങളുടെ ഭാവനയെ നിങ്ങളുടെ രക്ഷകനാക്കാൻ അനുവദിക്കുക.

'ഞാനെന്റെ മിഴികൾ (ഭാവന) മലകളിലേക്ക് ഉയർത്തും. അവിടന്ന് എന്റെ സഹായം എത്തിച്ചേരും' (സങ്കീർത്തനം 121:1). മലകൾ ആന്തരിക സീമയിൽ ഉള്ളവയാണ് - നിങ്ങളിലെ ദൈവസാന്നിദ്ധ്യമാണത്. നിങ്ങൾ എപ്പോൾ മാർഗ്ഗനിർദ്ദേശവും പ്രചോദനവും തേടുന്നുവോ, അപ്പോൾ നിങ്ങളുടെ കണ്ണുകൾ ദൈവസത്യത്തിന്റെ നക്ഷത്രങ്ങളിലേക്ക് തിരിയ്ക്കുക. എന്നിട്ട്, 'അനന്തമായ വിവേകം എന്നെ നയിക്കുകയും എനിക്ക് മാർഗ്ഗനിർദ്ദേശം നൽകുകയും ചെയ്യട്ടെ' എന്നോ, 'ദിവ്യവിവേകം എന്റെ മനസ്സിൽ നിറഞ്ഞു കവിയുന്നു, ഞാൻ ഉന്നതങ്ങളിൽ നിന്ന് പ്രചോദിതനാകുന്നു' എന്നോ മനനം ചെയ്യുക.

നിങ്ങളുടെയുള്ളിൽ ഒരു ഡിസൈനറുണ്ട്, ഒരു ആർക്കിടെക്റ്റ് ഉണ്ട്, ഒരു തുന്നൽക്കാരനുണ്ട്; നിങ്ങളുടെ മനസ്സിന്റെയും വിചാരങ്ങളുടെയും വിശ്വാസങ്ങളുടെയും ഘടന അവരെ ആശ്രയിച്ചിരിക്കുന്നു. നിങ്ങൾക്ക് സമാധാനമോ, ഭിന്നതയോ, ആരോഗ്യമോ രോഗമോ ഉണ്ടാകുന്ന രീതിയിലേക്ക് നിങ്ങളുടെ ജീവിതക്രമം അവർ രൂപീകരിക്കുന്നു.

നിങ്ങളെ ദൈവത്തിന്റെ അവാച്യവും അവർണനീയവുമായ വാസ്തവങ്ങൾ കാണാൻ പ്രാപ്തമാക്കുന്ന ഒരു മൂന്നാം സ്വർഗ്ഗത്തിലേക്ക് ചെന്നെത്തിക്കുന്ന ഒരു ജീവിതത്തെ നിങ്ങൾ ഭാവന ചെയ്യുക. അല്ലെങ്കിൽ, വികലമാക്കപ്പെട്ടതും രോഗഗ്രസ്തവുമായ ഭാവനവഴി നിങ്ങൾക്ക് അവമതിയുടെ ആഴങ്ങളിൽ മുങ്ങിത്താഴാം.

ദൈവത്തിന്റെ കൂടാരമാണ് മനുഷ്യൻ. അവൻ എത്രതാഴോട്ട് മുങ്ങിപ്പോയി എന്നത് വിഷയമല്ല. രോഗശാന്തിദമായ സാന്നിദ്ധ്യം അവനെ തുണയ്ക്കാനായി കാത്തുനിൽക്കുകയാണ്. അത് നമ്മുടെ ഉള്ളിൽത്തന്നെ നമ്മുടെ വിളിയും കാത്ത് നമുക്കായി കാത്തുനിൽക്കുന്നുണ്ട്. നിങ്ങൾക്ക് നിങ്ങളുടെ ഭാവനയെ വളരെ വിസ്മയകരമായി നിങ്ങളുടെ

ബിസിനസ് ഇടപാടുകളിലെല്ലാം ഉപയോഗിക്കാം. നിങ്ങൾ എപ്പോഴും നിങ്ങളെ മറ്റേയാളുടെ സ്ഥാനത്ത് നിൽക്കുന്നതായി സങ്കൽപ്പിക്കുക; എന്താണ് നിങ്ങൾ ചെയ്യേണ്ടതെന്ന് അത് പറഞ്ഞുതരും. നിങ്ങൾ ആഗ്രഹിക്കുന്നതെല്ലാം അയാൾ പ്രകടിപ്പിക്കുന്നതായി വിഭാവനം ചെയ്യുക. അയാൾ എന്തായിരിക്കണമോ അതായി നിങ്ങൾ നിങ്ങളെ കാണുക. അല്ലാതെ അയാൾ എന്താണോ അതുപോലെയല്ല നിങ്ങളെ കാണേണ്ടത്. ഒരുപക്ഷേ, അയാൾ തീർച്ചയായും പരിഹാസ സ്വഭാവക്കാരനായിരിക്കാം. കടുത്തതും ശത്രുതാപരവുമായ ഭാഷയായിരിക്കാം; ഒട്ടേറെ അസംതൃപ്തമായ പ്രത്യാശകളും ദുരന്തങ്ങളും അയാളുടെ മനസ്സിൽ പതിയിരിപ്പുണ്ടാകാം. നന്മയുറ്റതും മനോഹരവുമായവയെ സങ്കൽപ്പിച്ചുകൊണ്ട് നിങ്ങൾ അയാളെ ദൈവത്തിന്റെ വസ്ത്രത്താൽ ആച്ഛാദനം ചെയ്തിരിക്കയാണ്. ദൈവത്തിന്റെ ആദർശങ്ങളുടെ ലോകവും ദൈവത്തിന്റെ അനന്തമായ ആശയങ്ങളും അയാളുടെ ഉള്ളിലുണ്ട്, അത് ജന്മം കാത്തും മുക്തിയെ പ്രതീക്ഷിച്ചുമിരിക്കുന്നു. നിങ്ങൾ ആഗ്രഹിക്കുന്നെങ്കിൽ ഇങ്ങനെ പറയാം, 'അവനിൽ പിറക്കാൻ ദൈവം കാത്തിരിക്കുന്നു.' നിങ്ങൾക്ക് വാതിൽ തുറക്കുകയും ദൈവസ്നേഹത്തിന്റെ അഗ്നി ആ മനുഷ്യന്റെ ഹൃദയത്തിലേക്ക് കൊണ്ടുവരികയും ചെയ്യാം. ഒരുപക്ഷേ, നിങ്ങൾ കൊളുത്തിയ ആ നാളം ഒരു ദിവ്യാഗ്നിയായി ഉജ്ജ്വലിച്ചുയർന്നേക്കാം.

ലോകത്തെ ഏറ്റവും സമ്പന്നവും മഹത്തരവുമായ ആർട്ട് ഗാലറികൾ ദൈവസത്യങ്ങളോടും സൗന്ദര്യത്തോടും സമർപ്പിതമായ മനസ്സിലെ ആർട്ട്ഗാലറികളാണ്. ലിയനാഡോ ഡാവിഞ്ചി തന്റെ ഭാവനാസിദ്ധിയാൽ ക്രിസ്തുവിനെയും അദ്ദേഹത്തിന്റെ പന്ത്രണ്ട് ശിഷ്യന്മാരെയും ധ്യാനിച്ചു, അവർ എന്താണ് അർത്ഥമാക്കിയതെന്നറിയാൻ.

അഗാധമായ മനോരാജ്യത്തിലേക്കിറങ്ങിച്ചെന്ന് തനിക്കുള്ളിലുള്ള അനന്തമായ ശേഖരത്തിൽനിന്ന് പൂർണ്ണ ചിത്ര

ങ്ങളെ അദ്ദേഹത്തിന്റെ ഭാവന രഹസ്യമായി സ്വായത്തമാക്കി. പൂർണ്ണമായ ഈ ശ്രദ്ധാകേന്ദ്രീകരണത്താൽ അദ്ദേഹത്തിന്റെ അകക്കണ്ണ് ആന്തരികമായ പ്രകാശപ്രചുരിമകൊണ്ട് തിളങ്ങുകയും അതദ്ദേഹത്തെ പ്രചോദിതനാക്കുകയും ചെയ്തു – ഈ ദിവ്യകൽപ്പനയിൽ നിന്നാണ് 'ദ ലാസ്റ്റ് സപ്പർ' എന്ന മാസ്റ്റർ പീസ് ഉണ്ടായത്.

നിങ്ങൾ പർവ്വതാഗ്രത്തിലുള്ള ഒരു ശാന്തതടാകം സന്ദർശിക്കുന്നു. തടാകത്തിന്റെ സൗമ്യവും ശീതളവും ശാന്തവുമായ ഉപരിതലത്തിൽ അഭൗമമായ പ്രകാശം പ്രതിബിംബിക്കുന്നതു കാണുക. അതുപോലെ, ആത്മീയമനുഷ്യന്റെ പ്രശാന്തമനസ്സിൽ ദൈവത്തിന്റെ ആന്തരികജ്യോതിസ്സുകളും ദിവ്യവിവേകവും പ്രതിഫലിക്കുന്നു.

നിങ്ങളുടെ ജീവിതാദർശത്തിന് രൂപംകൊടുക്കുക; എന്നിട്ട് ആ ആദർശത്തിൽ ജീവിക്കുക. ആദർശം നിങ്ങളുടെ ഭാവനയെ കീഴടക്കട്ടെ; അത് നിങ്ങളെ കോൾമയിർക്കൊ ള്ളിക്കട്ടെ! നിങ്ങളുടെ മനസ്സിനെ നയിക്കുന്ന ആദർശത്തിന്റെ ദിശയിൽ നിങ്ങൾ ചലിക്കും. ജീവിതാദർശം എന്നാൽ സ്വർഗ്ഗത്തിലെ മഞ്ഞുതുള്ളിപോലെയാണ്. അത് മനുഷ്യമനസ്സിന്റെ വരണ്ട മേഖലകളിൽ പടരുന്നു. അങ്ങനെ അവനെ വീര്യവാനും ഉന്മേഷമുള്ളവനുമാക്കുന്നു.

പ്രചോദിതനായ എഴുത്തുകാരന്റെ ഭാവനയിൽ സത്യത്തിന്റെ അഗ്നി കൊളുത്തപ്പെടുന്നു: 'ഒരു നദിയുണ്ട്. അതിന്റെ ശാഖകൾ പരമോന്നതന്റെ കൂടാരങ്ങൾ സ്ഥിതി ചെയ്യുന്ന പരിശുദ്ധ സ്ഥലരാശിയെ, ദൈവനഗരത്തെ, സന്തോഷിപ്പിക്കുന്നു.' (സങ്കീർത്തനം 46:4)

ഒരു കാര്യം നിങ്ങളറിയണം. മനഃശാസ്ത്രപരമായി ദൈവത്തിലേക്ക് തിരിച്ചൊഴുകാൻ പ്രേരിപ്പിക്കുന്ന ആ നദി നിങ്ങളുടെ ഭാവനയാണ്. അതിലെ ചെറുചാലുകളും ശാഖകളും നിങ്ങളുടെ ആശയങ്ങളും ചിന്തകളുമാണ്. അതോ

ടൊപ്പം തന്നെ, നിങ്ങളിൽ നിന്ന് എവിടെയുമുള്ള മറ്റെല്ലാവരിലേക്കും ഒഴുകുന്ന സ്നേഹത്തിന്റെയും സൽപ്പേരിന്റെയും പ്രവാഹങ്ങളുമാണത്. മനുഷ്യൻ ലോകത്തിലേക്ക് നോക്കുന്നു; അവൻ രോഗാതുരതയും അവ്യവസ്ഥയും മനുഷ്യൻ മനുഷ്യനോടു പുലർത്തുന്ന മനുഷ്യത്വരാഹിത്യവും കാണുന്നു. ഭാവനയെ അച്ചടക്കമുള്ളതാക്കിയ മനുഷ്യൻ, എല്ലാ ബാഹ്യപ്രത്യക്ഷങ്ങൾക്കും ഭിന്നതകൾക്കും അപ്പുറം പറന്നുയരുന്നു. സ്വരൈക്യത്തിന്റെ ഉദാത്തതത്വത്തെ ദർശിക്കുന്നതിന്റെ വ്യക്തമായ തെളിവുകളും അവൻ തരുന്നു. അത് എല്ലാ വസ്തുക്കളിലൂടെയും പ്രവർത്തിക്കുന്നു, എല്ലാത്തിന്റെയും പിന്നിലും പ്രവർത്തനസജ്ജമാകുന്നു.

എല്ലാ വസ്തുക്കളുടെയും പിന്നിലും ധർമ്മത്തിന്റെ അവസാനിക്കാത്ത ആ നിയമം പ്രവർത്തിക്കുന്നുണ്ടെന്ന്, തന്റെ ദിവ്യകൽപ്പനാബിംബത്തിലൂടെ അയാൾ അറിയുന്നു. ശാശ്വതമായ സമാധാനവും, അളവറ്റ സ്നേഹവും ഈ മുഴുവൻ പ്രപഞ്ചത്തെയും നിയന്ത്രിച്ചുകൊണ്ടിരിക്കുന്നതായി അറിയുന്നു. ഈ സത്യങ്ങൾ ഹൃദയത്തിൽ തിരയടിച്ചുയരുന്നു. അവ ജന്മം കൊള്ളുന്നത് അനന്തസത്യത്തിൽ നിന്നാണ്. ഭാവനയാൽ അവ ബാഹ്യമൂടുപടത്തെ തുളച്ചുകയറി ദൈവത്തിന്റെയും സ്വർഗ്ഗത്തിന്റെയും മാർഗ്ഗത്തിലുള്ള ദിവ്യമായ പൊരുളിൽ വിലയംകൊള്ളുന്നു.

ഭാവന ദൈവത്തിന്റെ പണിശാലയാണ്. അത് എഴുത്തുകാരനെ താഴെപ്പറയുന്ന അനുപമമായ, ആത്മീയ രത്നങ്ങളെ എഴുതാൻ പ്രചോദിപ്പിച്ചു കാലത്തിന്റെ ഇടനാഴിയിലൂടെ അത് കടന്നുപോവുകയും എന്നന്നേക്കുമായി നിലനിൽക്കുകയും ചെയ്യുന്നു. മൃദുല സൗന്ദര്യം കൊണ്ടും ദിവ്യകൽപ്പനകൾകൊണ്ടും അവ അന്തർലീനമായ ദൈവസാന്നിദ്ധ്യത്തെയും പ്രാപ്യതയെയും അതിലംഘിച്ച് പോകുന്നുമില്ല: 'അവൻ നിന്നെ അവന്റെ മാലാഖമാരുടെ ഉത്തരവാദിത്വത്തിൽ ഏൽപ്പി

ക്കുന്നു, നിന്റെ എല്ലാ മാർഗ്ഗങ്ങളിലും നിന്നിൽ കരുതൽ ഉണ്ടാകാനായി. – സങ്കീർത്തനം 91:11

'ഞാൻ പ്രഭാതത്തിന്റെ ചിറകുകളിൽപ്പറന്ന് കടലിന്റെ അത്യഗാധതലങ്ങളിൽ പാർക്കുകയാണെങ്കിലും, അവിടെയും നിന്റെ കൈ എന്നെ നയിക്കുന്നു. നിന്റെ വലംകൈ എന്നെ ചേർത്തുപിടിക്കുന്നു. (സങ്കീർത്തനം 139)

അദ്ധ്യായം രണ്ട്

ഉപബോധമനസ്സ് ബിസിനസ്സിൽ ഉപയോഗിക്കുമ്പോൾ

ബൈബിൾ പ്രസിദ്ധീകരിക്കുന്നതിനു വളരെമുമ്പ്, പ്രാചീന ജ്ഞാനമൊഴി ഇങ്ങനെ പറഞ്ഞു, 'ഒരാൾ എന്ത് ഭാവന ചെയ്യുന്നുവോ, ചിന്തിക്കുന്നുവോ, അയാൾ അതായിത്തീരും.' ഈ പൗരാണികമൊഴി കാലത്തിന്റെ രാത്രികളിൽ കൈമോശം വന്നുപോയി. അത് പഴയ വസ്തുവെപ്പോലെ നഷ്ടപ്പെട്ടു.

ബൈബിൾ പ്രസ്താവിക്കുന്നു, 'ഒരുവൻ ഹൃദയത്തിൽ കരുതുന്നത് എന്താണോ അതായിത്തീരുന്നു അവൻ.'

അനേകായിരം വർഷങ്ങൾക്കുമുമ്പ് ഒരുപറ്റം ചൈനീസ് സന്ന്യാസിമാർ ഒരു മഹാസന്ന്യാസിയുടെ ആദ്ധ്യക്ഷത്തിൽ, ക്രൂരരായ അക്രമകാരികൾ നാട് കൊള്ളയടിക്കുന്നതിനെപ്പറ്റിയും തട്ടിപ്പറിക്കുന്നതിനെപ്പറ്റിയും ചർച്ച ചെയ്തതായി പുരാവൃത്തങ്ങൾ പറയുന്നു.

അവരുടെ മുന്നിലെ പ്രശ്നമിതായിരുന്നു: 'എങ്ങനെ നമ്മൾ ആക്രമണകാരികളിൽ നിന്നും പുരാതനജ്ഞാനത്തെ സംരക്ഷിച്ച് നിലനിർത്തും?'

അവരിൽനിന്ന് പല നിർദ്ദേശങ്ങളുമുണ്ടായി: പുരാതന ജ്ഞാനം എഴുതി സൂക്ഷിച്ച മരച്ചുരുളുകളും പ്രതീകങ്ങളും മറ്റും ഹിമാലയൻ പർവ്വതനിരകളിൽ പതുക്കിവയ്ക്കാം എന്നായിരുന്നു ചിലർ ചിന്തിച്ചത്. മറ്റുചിലർ പറഞ്ഞത് ടിബറ്റിലെ സന്ന്യാസമഠങ്ങളിൽ അത് സൂക്ഷിച്ചുവെക്കാമെന്നാണ്. ഇന്ത്യയിലെ വിശുദ്ധക്ഷേത്രങ്ങളാണ് തങ്ങളുടെ ദൈവത്തിന്റെ

ജ്ഞാനശേഖരങ്ങൾ സൂക്ഷിച്ചുവയ്ക്കാൻ ഏറ്റവും യുക്തമായ സ്ഥലമെന്ന് മറ്റുചിലർ വീണ്ടും വീണ്ടും ചൂണ്ടിക്കാട്ടിക്കൊണ്ടിരുന്നു.

ചർച്ച നടക്കുമ്പോൾ മുഴുവൻ സമയവും മുഖ്യസന്ന്യാസി മൗനം പാലിച്ചിരിക്കയായിരുന്നു; സത്യത്തിൽ അവരുടെ സംസാരം നടക്കുന്നതിനിടയ്ക്ക് അദ്ദേഹം കൂർക്കംവലിച്ച് കിടന്നുറങ്ങുകയും ചെയ്തു! അത് അവരിൽ പലരേയും ആകുലചിത്തരാക്കി. കുറച്ചുകഴിഞ്ഞ് ഉണർന്നെണീറ്റിട്ട് അദ്ദേഹം പറഞ്ഞു, 'താവോ (ദൈവം) എനിക്കുത്തരം തന്നു. അതിതാണ്' ദിവ്യഭാവന (ദൈവത്തിന്റെ പണിപ്പുരയാണത്) കൊണ്ട് അനുഗൃഹീതരായ ചൈനയിലെ ചിത്രകാരന്മാരെ വിളിച്ച് നാം എന്താണ് നിറവേറ്റാൻ ഇച്ഛിക്കുന്നതെന്ന് അവരോട് പറയുക. നാം അവരെ സത്യത്തിന്റെ രഹസ്യാത്മകതയിലേക്ക് ആനയിക്കും. അവർ ജ്ഞാനത്തെ ചിത്രരൂപങ്ങളാക്കി ആവിഷ്കരിക്കും. അങ്ങനെ ആ ചിത്രങ്ങളിലൂടെ നമുക്ക് മഹദ്ജ്ഞാനത്തെ എക്കാലത്തേക്കുമായി, അനേക തലമുറകളിലൂടെ, ഇനിയും പിറക്കാനുള്ള തലമുറകൾക്കുമായി, സൂക്ഷിച്ചുവയ്ക്കാൻ കഴിയും. ദൈവത്തിന്റെ കരുത്തിന്റെയും മഹാഗുണങ്ങളുടെയും നാടകീയചിത്രങ്ങളിലൂടെ ആ മഹാസത്യത്തെ അവർ വരച്ചു കഴിഞ്ഞാൽ, ഒരു പുതിയ കളി ഇതാ ഉടലെടുത്തിരിക്കുന്നുവെന്ന് നാം ലോകത്തോട് വിളിച്ചുപറയും. ലോകത്തിലെ എക്കാലത്തെയും ജനങ്ങൾ ഈ കളിയെ സാദ്ധ്യതയുടെ കളിയായി എടുക്കും. എന്നാൽ, തങ്ങൾ എല്ലാ തലമുറയ്ക്കുമായുള്ള ദിവ്യപാഠങ്ങളാണ് ഈ കളി വഴി സൂക്ഷിച്ചുകൊണ്ടിരിക്കുന്നതെന്ന് അവർ അറിയുന്നതുമില്ല.' നാമിന്നു കാണുന്ന ചീട്ടുകളി ഇങ്ങനെ ഉണ്ടായതാണ്.

ആ പുരാതനനായ ചൈനക്കാരൻ സന്ന്യാസി ഒന്നുകൂടി കൂട്ടിച്ചേർത്തതായി പുരാവൃത്തങ്ങൾ പറയുന്നു, 'എല്ലാ

വിശുദ്ധപാഠങ്ങളും നശിപ്പിക്കപ്പെട്ടാലും, അവയെ ഏതുസമയ ത്തും ഉയിർപ്പിക്കാൻ കഴിയും. പ്രതീകാത്മക പാഠങ്ങളിലൂടെ യാണിത് സാദ്ധ്യമാകുന്നത്. ചീട്ടുകളിലെ വിവിധ ഡിസൈ നുകളുടെ ആന്തരികാർത്ഥങ്ങളിലൂടെ.'

ഭാവന എല്ലാ ആശയങ്ങളെയും വസ്ത്രം ധരിപ്പിക്കുന്നു. അവയ്ക്ക് രൂപങ്ങൾ നൽകുന്നു. ഭാവനയുടെ ദിവ്യമായ കലാചാതുര്യത്തിലൂടെ ഈ കലാകാരന്മാർ എല്ലാ ആശയങ്ങ ളെയും ചിത്രരൂപങ്ങൾ കൊണ്ട് പൊതിയുന്നു. ഭാവനയുടെ പ്രവർത്തനത്തിലൂടെ, നിങ്ങളുടെ അഗാധമായ ആത്മാവിൽ ഒളിഞ്ഞിരുന്നത് വ്യക്തമായി ആവിഷ്കൃതമാകുന്നു.

ഭാവനയിലൂടെ, നിങ്ങളിൽ പുറത്തേക്കുവരാതെ നിദ്രാണ മായി സ്ഥിതിചെയ്യുന്നതെന്താണോ, അതിന് നിങ്ങളുടെ ചിന്തകളിൽ രൂപാവിഷ്കാരം ലഭിക്കുന്നു. മുമ്പ് വെളിപ്പെടാ തിരുന്നതിനെപ്പറ്റി നാം ചിന്തിക്കുന്നു.

നമുക്ക് ലളിതമായ കുറച്ചുദാഹരണങ്ങൾ പരിശോ ധിക്കാം: നിങ്ങൾ വിവാഹം കഴിക്കാൻ പോകുമ്പോൾ നിങ്ങ ളുടെ മനസ്സിൽ വ്യക്തവും യാഥാർത്ഥ്യപൂർണ്ണവുമായ ചിത്ര ങ്ങളുണ്ടായിരുന്നു. നിങ്ങളുടെ ഭാവനാശക്തികൊണ്ട് ആ ക്രിസ്തീയ പുരോഹിതനെ, അല്ലെങ്കിൽ യഹൂദ പുരോഹി തനെ, നിങ്ങൾ കണ്ടു. അദ്ദേഹം വാക്കുകൾ ഉച്ചരിക്കുന്നത് നിങ്ങൾ കേട്ടു. പൂക്കളും ദേവാലയവും നിങ്ങൾ കണ്ടു. നിങ്ങൾ സംഗീതവും ശ്രവിച്ചു. നിങ്ങളുടെ കൈവിരലിൽ വിവാഹമോതിരം വരുന്നത് നിങ്ങൾ ഭാവന ചെയ്തു. ഭാവന യിലൂടെ നിങ്ങൾ നയാഗ്രാ വെള്ളച്ചാട്ടം കാണാനോ യൂറോ പ്പിലേക്കോ മധുവിധുയാത്ര നടത്തി.

ഇതുപോലെ തന്നെ ബിരുദം നേടുന്നതിനുമുമ്പ് സുന്ദ രവും നയനാകർഷകവുമായ ഒരു നാടകം നിങ്ങളുടെ മന സ്സിൽ ആടപ്പെട്ടു; ബിരുദം ആർജ്ജിക്കുന്നതിനെപ്പറ്റിയുള്ള എല്ലാ ആശയങ്ങളെയും നിങ്ങൾ ഒരു രൂപംകൊണ്ട് ചമയി

ച്ചൊരുക്കി. നിങ്ങൾക്ക് കോളജ് പ്രസിഡന്റ് ഡിപ്ലോമ നൽകുന്നതായി നിങ്ങൾ വിഭാവനം ചെയ്തു. എല്ലാ വിദ്യാർത്ഥികളും ഗൗണിട്ടുനിൽക്കുന്നത് നിങ്ങൾ കണ്ടു. നിങ്ങളുടെ അമ്മയോ അച്ഛനോ ഗേൾ ഫ്രണ്ടോ/ബോയ് ഫ്രണ്ടോ നിങ്ങളെ അഭിനന്ദിക്കുന്നതായി ശ്രവിച്ചു. നിങ്ങൾ ചുംബനവും ആലിംഗനവും ഏറ്റുവാങ്ങി; അവയെല്ലാം യഥാർത്ഥവും നാടകീയവും ആവേശകരവും വിസ്മയജനകവുമായിരുന്നു. എവിടെ നിന്നോ എന്ന പോലെ നിങ്ങളുടെ മനസ്സിലേക്ക് ഇമേജുകൾ സ്വാതന്ത്ര്യത്തോടെ ഒഴുകിയെത്തി. നിങ്ങൾ ഒരു കാര്യം അറിഞ്ഞിരിക്കുകയും തീർച്ചയായും സമ്മതിക്കുകയും വേണം. നിങ്ങൾ മനസ്സിൽക്കണ്ട ഈ രൂപങ്ങളെയെല്ലാം രൂപപ്പെടുത്തുന്ന ഒരു ആന്തരിക സ്രഷ്ടാവ് നിങ്ങളിൽ ഉണ്ടായിരുന്നു. ആ സ്രഷ്ടാവ് ഇപ്പോഴും അവിടെയുണ്ട്. അദ്ദേഹം ആ രൂപങ്ങൾക്ക് ജീവനും ചലനശക്തിയും ശബ്ദവും നൽകുന്നു. ഈ കൽപ്പനകൾ നിങ്ങളോട് പറയുന്നു, 'നിങ്ങൾക്കുവേണ്ടി മാത്രമാണ് ഞങ്ങൾ ജീവിക്കുന്നത്.'

ആർമിയിലുണ്ടായിരുന്ന ഒരു യുവാവ് ഡിസ്ചാർജ് ആകുന്നതിനുമുമ്പ് എന്നോട് പറഞ്ഞു, 'ഞാൻ എന്റെ അമ്മയെ വ്യക്തമായി കാണുന്നു. അമ്മ എന്നെ സ്വാഗതം ചെയ്യുന്നത് എനിക്കിന്ന് ഭാവന ചെയ്യാൻ കഴിയുന്നു. ഞാൻ പഴയ വീട് കാണുന്നു. അച്ഛൻ പൈപ്പ് വലിച്ചുകൊണ്ടിരിക്കുന്നു. എന്റെ സഹോദരി പട്ടികൾക്ക് തീറ്റി കൊടുക്കുന്നു. ആ വീടിന്റെ ഓരോ പാടും ഓരോ മൂലയും എനിക്ക് കാണാൻ കഴിയുന്നു. അവരുടെയൊക്കെ ശബ്ദവും എനിക്ക് കേൾക്കാൻ കഴിയും."

ഈ വ്യക്തമായ ചിത്രങ്ങളെല്ലാം എവിടെനിന്നാണ് വന്നത്? മനുഷ്യനിൽ ഒരു പാരമ്പര്യജ്ഞാനം ഉള്ളടങ്ങിയിട്ടുണ്ടെന്ന് കീറ്റ്സ് പറഞ്ഞിട്ടുണ്ട്. നമുക്ക്, അങ്ങനെ ഒരു ആഗ്രഹമുണ്ടെങ്കിൽ, ആ പുരാതനമായ സ്വർഗ്ഗീയ വീഞ്ഞ് പാനം ചെയ്യാൻ കഴിയും.

നിങ്ങളിലെ ആത്മാവ് അല്ലെങ്കിൽ ദൈവമാണ് ഭാവനയുടെ ശരിയായ അടിസ്ഥാനം. ഒരിക്കൽ ലണ്ടനിൽ വച്ചൊരു പരീക്ഷയുണ്ടായിരുന്നു. അതിൽ വളരെ പ്രധാനപ്പെട്ട ഒരു ചോദ്യത്തിന്റെ ഉത്തരം എനിക്കറിയില്ലായിരുന്നു. ഞാൻ ആദ്യം അചലനായി ഇരിക്കുകയും വളരെ ശാന്തമായി, വളരെ പതുക്കെ, സ്വസ്ഥതയോടെ, 'ദൈവമേ, ഉത്തരം വെളിവാക്കിത്തരേണമേ!' എന്ന് വീണ്ടും വീണ്ടും പറഞ്ഞുകൊണ്ടിരുന്നു. ഇതിനിടക്ക് ഞാൻ എളുപ്പമായ മറ്റ് ചോദ്യങ്ങളുടെ ഉത്തരങ്ങൾ എഴുതിക്കൊണ്ടിരുന്നു.

ബോധമനസ്സിനെ നാം സ്വസ്ഥമാക്കുമ്പോൾ, ആത്മവിവേകം മുന്നോട്ടുവരുമെന്ന് നമുക്കറിയാം. വളരെ കുറച്ചു സമയത്തിനകം ആ ചോദ്യത്തിന്റെ ഉത്തരത്തിന്റെ ചിത്രം എന്റെ മനസ്സിൽ വ്യക്തമായി തെളിഞ്ഞു.

അത് ഒരു ബുക്കിലെ പേജിലെ വാക്കുകൾ പോലെയായിരുന്നു. പൂർണ്ണമായ ഉത്തരവും ഒരു ഗ്രാഫുപോലെ മനസ്സിൽ പതിഞ്ഞു. എന്റെ ബോധമനസ്സിനെക്കാളും ബുദ്ധിയെക്കാളും ശക്തമായ ഒരു വിവേകം എന്നിലൂടെ സംസാരിച്ചു.

ഒരിക്കൽ വലിയ മതവിശ്വാസിയായ ഒരു പതിന്നാലുകാരൻ സ്കൂൾക്കുട്ടി എന്റെയടുത്തേക്ക് വന്നു. എപ്പോൾ അവനു പ്രശ്നമുണ്ടാവുകയാണെങ്കിലും, യേശു തന്നോട് സംസാരിക്കുന്നതായി തോന്നുമെന്ന് അവനെന്നോട് പറഞ്ഞു. അവന്റെ പ്രശ്നത്തിന്റെ ഉത്തരവും എന്താണവൻ ചെയ്യേണ്ടതെന്നും യേശു അവന് പറഞ്ഞുകൊടുക്കും. അവന്റെ അമ്മ വലിയ രോഗിയായിരുന്നു. ഈ കുട്ടി വലിയ ഭാവനാശക്തിയുള്ളവനാണ്. ജ്വരബാധിതയായ സ്ത്രീയുടെ രോഗം യേശു മാറ്റുന്ന കഥ അവൻ വായിച്ചു. ആ കൊച്ചുകൂട്ടുകാരൻ എന്നോട് പറഞ്ഞു, 'കഴിഞ്ഞ രാത്രി യേശു എന്നോടിങ്ങനെ പറയുന്നതായി ഞാൻ ഭാവന ചെയ്തു' നീ നിന്റെ മാർഗ്ഗത്തിൽ സഞ്ചരിക്കുക; നിന്റെ മാതാവ് പൂർണ്ണസുഖം പ്രാപിക്കുന്നു!

തന്റെ മനസ്സിന്റെ ആ നാടകം അവൻ യഥാർത്ഥവും വ്യക്തവും തീവ്രവുമാക്കി. അവന്റെ വിശ്വാസവും സമർപ്പണവും കൊണ്ടാണത് നേടിയത്. അവൻ ആത്മനിഷ്ഠമായി ശ്രവിച്ചതിന്റെ സത്യം അവന് സ്വയം ബോദ്ധ്യപ്പെട്ടു.

അവന്റെ അമ്മ പൂർണ്ണമായി സുഖം പ്രാപിക്കപ്പെട്ടു. അവളുടെ അവസ്ഥ നിരാശാജനകവും ചികിത്സക്കപ്പുറവും ആയിരുന്ന സമയത്താണിത് സംഭവിച്ചത്.

മനസ്സിന്റെ നിയമങ്ങൾ പഠിക്കുന്ന ഒരു വിദ്യാർത്ഥിയായതുകൊണ്ട്, എന്താണ് സംഭവിച്ചതെന്ന് നിങ്ങൾക്കറിയാം. അവൻ തന്റെ വിശ്വാസത്തിലൂടെ തനിക്കു കിട്ടിയ ദൃഢബോദ്ധ്യത്തിന്റെ അടിസ്ഥാനത്തിൽ രൂപീകരിക്കപ്പെട്ട സ്വന്തം ഇമേജുമായി താദാത്മ്യം പ്രാപിക്കുകയാണ് ചെയ്തത്. ഒരൊറ്റ മനസ്സും രോഗശാന്തി നൽകുന്ന ഒരൊറ്റ സാന്നിദ്ധ്യവും മാത്രമേ അവിടെയുള്ളു. തന്റെ അമ്മയുടെയും അവരുടെ പൂർണ്ണാരോഗ്യത്തെയും പറ്റിയുള്ള ബോദ്ധ്യം ആ ആൺകുട്ടിയിൽ ഉണ്ടായതോടൊപ്പം തന്നെ, പൂർണ്ണാരോഗ്യത്തെപ്പറ്റിയുള്ള ആശയം ആ സ്ത്രീയുടെ മനസ്സിൽ ഉയിർത്തെഴുന്നേൽക്കപ്പെട്ടു. ഭാവനയുടെ ശക്തിയെപ്പറ്റിയോ, ആത്മീയരോഗശാന്തിയെപ്പറ്റിയോ അവന് ഒന്നും അറിയില്ലായിരുന്നു.

എന്നാൽ അവൻ നിയമം അബോധപൂർവ്വം നടപ്പിലാക്കുകയും യേശു തന്നോട് സംസാരിക്കുകയാണെന്ന് സ്വന്തം മനസ്സുകൊണ്ടുതന്നെ വിശ്വസിക്കുകയും ചെയ്തു. തന്റെ വിശ്വാസം കൊണ്ടുതന്നെ അതവന് സാദ്ധ്യമാവുകയും ചെയ്തു.

ഒരു കാര്യം വിശ്വസിക്കുകയെന്നാൽ, അതിനെ സത്യമായി സ്വീകരിക്കുക എന്നാണർത്ഥം. അതുകൊണ്ടാണ് പതിനാറാം നൂറ്റാണ്ടിലെ പാരസെൽസസ് ഇങ്ങനെ പറഞ്ഞത്, 'നിങ്ങളുടെ വിശ്വാസത്തിന്റെ ലക്ഷ്യം സത്യമോ അസത്യമോ ആണെങ്കിലും, നിങ്ങൾക്ക് ഒരേ ഫലങ്ങൾ ലഭിക്കുന്നു.

രോഗശാന്തിക്ക് ഒരേ ഒരു ആത്മീയ തത്വവും പ്രക്രിയയുമേ ഉള്ളു. വിശ്വാസം എന്നതാണത്. 'നിങ്ങളുടെ വിശ്വാസത്തിനനുസരിച്ച് നിങ്ങൾക്കത് കിട്ടുകയും ചെയ്യുന്നു.' രോഗശാന്തിക്ക് നിരവധി പ്രക്രിയകളും രീതികളും സങ്കേതങ്ങളും ഉണ്ട്. അവയെല്ലാറ്റിലും ഫലങ്ങളും ലഭിക്കും അത് ലഭിക്കുന്നത് ഏതെങ്കിലും നിശ്ചിത സങ്കേതത്തിന്റെയോ രീതിയുടെയോ പ്രത്യേകതകൊണ്ടല്ല, ആ പ്രക്രിയയിൽ നിങ്ങൾ ചെലുത്തിയ ഭാവനയുടെയും വിശ്വാസത്തിന്റെയും ഫലമായാണ്. അവയെല്ലാം തന്നെ രോഗശാന്തിയുടെ ഒരേയൊരു സ്രോതസ്സിനെയാണ് ഉപയോഗിക്കുന്നത്. ദൈവം ആണ് ആ സ്രോതസ്സ്. രോഗശാന്തിയുടെ ആ അനന്തസാന്നിദ്ധ്യം എല്ലായിടത്തുമായി വ്യാപിച്ചിരിക്കുന്നു. അത് സർവ്വവ്യാപിയാണ്.

മന്ത്രങ്ങൾ ഉപയോഗിക്കുന്ന മന്ത്രവാദചികിത്സകന് ഫലങ്ങൾ ലഭിക്കുന്നു. അതുപോലെ തന്നെ ഹാവായിലെ പുരോഹിതന് തന്റെ മതശുശ്രൂഷകൊണ്ടും അത് ലഭിക്കുന്നു. പുതുചിന്തയും ക്രൈസ്തവശാസ്ത്രവും നാൻസി സ്കൂൾ ഓഫ് മെഡിസിനും തിരുമ്മുചികിത്സയുമെല്ലാം ഇതേ ഫലങ്ങൾ ഉണ്ടാക്കുന്നു. ഈ ചിന്താപദ്ധതികളെല്ലാം വിവിധ ബോധതലങ്ങളുമായുള്ള ബന്ധപ്പെടലുകളിലൂടെ സദ്ഫലങ്ങൾ കൊണ്ടുവരുന്നു.

മനുഷ്യദുരിതവും വേദനയും ദുരവസ്ഥയും ശമിപ്പിക്കുന്ന ഏത് സമ്പ്രദായവും പ്രക്രിയയും നല്ലതുതന്നെ. നിരവധി പള്ളികൾ കൈത്തുണകൾ നൽകുന്നു; ചിലർ നൊവേനകളിൽ പങ്കെടുക്കുന്നു. തീർത്ഥാടനകേന്ദ്രങ്ങൾ സന്ദർശിക്കുന്നു. എല്ലാവർക്കും അവരവരുടെ വിശ്വാസവും, മനസ്സിന്റെ സ്വീകരണ മനോഭാവവുമനുസരിച്ച് ഗുണങ്ങൾ ലഭിക്കുന്നു.

നിങ്ങൾ ദൈവത്തിന്റെ കൂടെ ഒറ്റയ്ക്ക് നിൽക്കാൻ തയ്യാറാകുമ്പോൾ, ബാഹ്യമായ കാര്യങ്ങൾക്ക് മുഴുവൻ ശക്തിയും നൽകുന്നതവസാനിപ്പിക്കുന്നു. ഈ പ്രാതിഭാസിക ലോക

ത്തിന് ശക്തിപ്രദാനം ചെയ്യുന്നത് നിർത്തുന്നു. ഈ കാര്യ ലോകത്തെത്തന്നെ ഒരു കാരണമായി മാറ്റിത്തീർക്കുകയും ചെയ്യുന്നു. നിങ്ങളുടെ എല്ലാകൂറും നിങ്ങൾക്കുള്ളിലെ ആത്മീയ ശക്തിയോടാകുമ്പോൾ, ആ ഏകസാന്നിദ്ധ്യവും ഏക കാരണവും അതുതന്നെയെന്ന് തിരിച്ചറിയുമ്പോൾ, നിങ്ങൾക്ക് യാതൊരു തരത്തിലുമുള്ള താങ്ങുകളും ആവശ്യ മായി വരികയില്ല. നിങ്ങളുടെ ശരീരത്തെ രൂപപ്പെടുത്തിയ ആ സജീവ വിവേകസാന്നിദ്ധ്യം ഉടൻതന്നെ നിങ്ങളുടെ വിശ്വാ സത്തോടും ഗ്രഹിതജ്ഞാനത്തോടും പ്രതികരിച്ചു തുടങ്ങും; നിങ്ങൾക്ക് ലക്ഷണമായ ആത്മീയരോഗശാന്തി അനുഭവ പ്പെടും. നിങ്ങൾ പ്രാർത്ഥനയിലൂടെ ഒരു പല്ല് മുളപ്പിക്കാൻ കഴിയുന്ന ആ ബോധതലത്തിലല്ലെങ്കിൽ, നിങ്ങൾക്ക് ചെയ്യാ വുന്ന കൃത്യമായ കാര്യം ഒരു ദന്തഡോക്റ്ററുടെ അടുത്ത് പോവുകയെന്നതാണ്. അവനുവേണ്ടി പ്രാർത്ഥിക്കുക. വദനം പൂർണ്ണമായ, ദിവ്യമായ സുഖപ്രാപ്തി കൈവരിക്കാനായി പ്രാർത്ഥിക്കുക. നിങ്ങൾ ബാഹ്യമായ കാരണങ്ങളിൽ വിശ്വ സിച്ചു തുടങ്ങുമ്പോൾ, ബാഹ്യമായ പ്രതിവിധികളെയും അന്വേഷിച്ചു തുടങ്ങുന്നു.

ഭാവനയുടെ ശക്തിയെ വിശദമാക്കാൻ ഒരു സംഭവം പറയാം. ക്ഷയരോഗബാധിതനായ എന്റെ ഒരടുത്ത ബന്ധു വിന്റെ കഥയാണ് ഞാൻ നിങ്ങളോട് പറയാൻ പോകുന്നത്. അദ്ദേഹത്തിന്റെ ശ്വാസകോശങ്ങളുടെ അവസ്ഥ രോഗം കൊണ്ട് വളരെ മോശമായി. അതിനാൽത്തന്നെ അദ്ദേഹ ത്തിന്റെ മകൻ അച്ഛന്റെ രോഗം അടിയന്തിരമായി മാറ്റണമെന്ന് തീരുമാനമെടുത്തു.

അച്ഛൻ താമസിക്കുന്ന, പശ്ചിമ ആസ്ട്രേലിയയിലെ പെർത്തിലെ വീട്ടിൽ മകൻ എത്തി. താൻ ഒരു സന്ന്യാസിയെ കണ്ടെന്നും, സന്ന്യാസി തനിക്ക് ഒരു സത്യകുരിശ് തന്നെന്നും അതിനായി താൻ 500 ഡോളർ കൊടുത്തെന്നും മകൻ

അച്ഛനോട് പറഞ്ഞു. (യുവാവ് വഴിയിൽനിന്ന് ഒരു മരക്കഷണം എടുക്കുകയും ഒരാഭരണക്കടയിൽ ചെന്ന് അതൊരു മോതിരത്തിൽ വിളക്കിച്ചേർത്ത് കറകളഞ്ഞ ഒരാഭരണം ഉണ്ടാക്കുകയായിരുന്നു). ആ മോതിരത്തിൽ അല്ലെങ്കിൽ കുരിശിൽ തൊട്ട സമയം തന്നെ പലർക്കും രോഗശാന്തിയുണ്ടായതായി അയാൾ അച്ഛനോട് പറഞ്ഞു. അയാൾ തന്റെ പിതാവിന്റെ ഭാവനയെ ആളിക്കത്തിച്ചു.

ആ മാന്യവൃദ്ധൻ മകന്റെ കയ്യിൽനിന്ന് ആ മോതിരം തട്ടിപ്പറിച്ചെടുത്ത് തന്റെ നെഞ്ചോടു ചേർത്തു. എന്നിട്ട് നിശ്ശബ്ദമായി പ്രാർത്ഥിക്കുകയും മെല്ലെമെല്ലെ ഉറക്കത്തിലേക്ക് വീഴുകയും ചെയ്തു. ഉറക്കമുണർന്ന പുലരിയിൽ അദ്ദേഹം രോഗശാന്തി ലഭിച്ചവനായി കാണപ്പെട്ടു: ക്ലിനിക്കൽ ടെസ്റ്റുകളെല്ലാം തന്നെ രോഗമില്ലെന്ന് സാക്ഷ്യപ്പെടുത്തി.

നിങ്ങൾക്കറിയാമോ? തീർച്ചയായും വഴിയിൽ നിന്നു കിട്ടിയ ആ മരക്കഷണമല്ല അയാൾക്ക് രോഗശാന്തി നൽകിയത്. അയാളുടെ തീവ്രാവസ്ഥയിലേക്കെത്തിയ ഭാവനയും, പൂർണ്ണമായ രോഗശാന്തിയെ സംബന്ധിച്ച ആത്മവിശ്വാസാധിഷ്ഠിതമായ പ്രതീക്ഷയുമാണ് അയാളെ രക്ഷപ്പെടുത്തിയത്. ഭാവന വിശ്വാസം അല്ലെങ്കിൽ ആത്മനിഷ്ഠ ചിന്തയുമായി ചേർന്നു. ഈ രണ്ടിന്റെയും സംഗമം രോഗശാന്തി ഉണ്ടാക്കി. തന്നിൽ മകൻ പ്രയോഗിച്ച സൂത്രത്തെപ്പറ്റിയൊന്നുംതന്നെ അച്ഛൻ അറിഞ്ഞിരുന്നില്ല. അതദ്ദേഹം അറിഞ്ഞിരുന്നെങ്കിൽ അദ്ദേഹത്തിനു പതനം സംഭവിച്ചേനേ. അദ്ദേഹം പൂർണ്ണമായി രോഗമുക്തനാവുകയും അതിനുശേഷം പതിനഞ്ച് വർഷം ജീവിക്കുകയും എൺപത്തിയൊമ്പതാം വയസ്സിൽ മരിക്കുകയും ചെയ്തു.

തന്റെ മേഖലയിൽ പരമവിജയം നേടിയ ലോസ് ഏഞ്ചൽസിലെ ഒരു ബിസിനസ്സുകാരനെ എനിക്കറിയാം. അദ്ദേഹം ഒരു കാര്യമെന്നോട് വെളിപ്പെടുത്തി. കഴിഞ്ഞ മുപ്പതു

വർഷങ്ങളായി അദ്ദേഹം സുപ്രധാന തീരുമാനങ്ങളെടുത്തത് പോളുമായുള്ള ഭാവനാത്മക സംഭാഷണങ്ങൾക്കു ശേഷമായിരുന്നുവെന്നാണ് അദ്ദേഹം പറഞ്ഞത്. കാര്യങ്ങൾ വിശദമായി പറയാൻ ഞാൻ അദ്ദേഹത്തോടാവശ്യപ്പെട്ടു. ബിസിനസ്സ് ലോകത്തിലെ വളരെക്കുറച്ച് ആളുകൾക്കു മാത്രമേ തങ്ങളുടെ ഭാവനയെ നാടകാത്മകമായി ഉപയോഗിച്ചുള്ള വിസ്മയകരമായ മാർഗ്ഗനിർദ്ദേശങ്ങളും മാനസികദിശാബോധവും ലഭിച്ചിട്ടുള്ളുവെന്ന് അദ്ദേഹം അഭിപ്രായപ്പെട്ടു. ബൈബിളിലെ തിരുവെഴുത്തുകാരിൽ നിന്നോ അല്ലെങ്കിൽ മഹത്തുക്കളായ ആത്മാന്വേഷകരിൽ നിന്നോ ഭാവനയുടെ നാടകീയാവിഷ്കാരം വഴി ലഭിക്കുന്ന ഉപദേശങ്ങളാണ് അവർ സ്വീകരിച്ചുകൊണ്ടിരുന്നതെന്നും അദ്ദേഹം ചൂണ്ടിക്കാട്ടി.

ഞാൻ ഈ എക്സിക്യൂട്ടീവിനെ ഇവിടെ എനിക്ക് കഴിയാവുന്ന രീതിയിൽ ഭംഗിയായി ഉദ്ധരിക്കട്ടെ: 'എന്റെ തീരുമാനങ്ങൾ പലപ്പോഴും കമ്പനിയെ മെച്ചപ്പെടുത്തുകയോ പിച്ചപ്പാളയെടുപ്പിക്കുകയോ ചെയ്തിട്ടുണ്ട്. ഞാനാകെ പതറുകയും ആടിപ്പോവുകയും രക്തസമ്മർദ്ദം വർദ്ധിച്ച് ഹൃദ്രോഗബാധിതനാവുകയും ചെയ്തു. അങ്ങനെ ഒരുദിവസം എനിക്കൊരാശയം തോന്നി. എന്തുകൊണ്ട് യേശുവിനോടോ, പോളിനോടോ ചോദിച്ചുകൂടാ?

എനിക്ക് പോളിന്റെ തിരുവെഴുത്തുകൾ ഏറെ പ്രിയങ്കരങ്ങളായിരുന്നു. അതിനാൽ സുപ്രധാന തീരുമാനങ്ങളെടുക്കുമ്പോൾ, പോൾ ഇപ്പറയുന്നപോലെ പറയുന്നതായി ഞാൻ ഭാവനയിൽ കാണും: 'നിന്റെ തീരുമാനം പൂർണ്ണതയുറ്റതാണ്. അത് നിന്റെ സ്ഥാപനത്തെ അനുഗ്രഹിക്കും. മകനേ, നിന്നെ ഞാൻ അനുഗ്രഹിക്കുന്നു! ദൈവപാതയിൽ നീ മുന്നേറുക.' ഭാവനയോടൊപ്പം ഞാൻ പോളിനെ കണ്ടു, കേട്ടു. ശാന്തിയുടെ തരംഗവും ആന്തരിക സ്വാസ്ഥ്യവും എന്നെ ആച്ഛാദനം ചെയ്തു; എന്റെ എല്ലാ തീരുമാനങ്ങളിലും സമാധാനം തുളുമ്പി.

ഇതായിരുന്നു ഭാവനയിലൂടെ ദിവ്യമായ മാർഗ്ഗനിർദ്ദേശം നേടുന്ന ആ ബിസിനസ്സുകാരന്റെ മാർഗ്ഗം. അയാൾ ഭാവനയെ, തന്റെ ശരിയായ പ്രവൃത്തിയെ ഉറപ്പിക്കാൻ ഉപയോഗിച്ചു. വിവേകത്തിന്റെ ഒരൊറ്റ തത്വമേ ഈ ലോകത്തുള്ളു; അതിനിപ്പറയുന്നത് ഉച്ചരിക്കുന്നതും വിശ്വസിക്കുന്നതും അനിവാര്യമാണ്, 'ദൈവം ഇപ്പോൾ എന്നെ നയിച്ചുകൊണ്ടിരിക്കുന്നു, എന്റെ ജീവിതത്തിൽ ശരിയായ ആ ഒരൊറ്റ പ്രവൃത്തിയേ ഉള്ളു.' മനസ്സ് ഒരു അനുമാനപ്രമാണം പോലെയാണ് പ്രവർത്തിക്കുന്നതെന്ന് ട്രോവാഡ് പറയുന്നു. നിങ്ങളുടെ വാദം ശരിയാണെങ്കിൽ, അതിനനുസരണമായിരിക്കും ഫലവും പരിസമാപ്തിയും. ആത്മനിഷ്ഠ യുക്തികൾ അനുമാനാധിഷ്ഠിതമായി മുന്നോട്ടുപോവുകയും അതിന്റെ തുടർച്ചയും പരിസമാപ്തിയും എപ്പോഴും, മുന്നോട്ടുവെച്ച വാദത്തിനനുസൃതവുമായിരിക്കും. മനസ്സിൽ ആദ്യം ശരിയായ അഭിപ്രായം സ്ഥാപിക്കുക; അപ്പോൾ നിങ്ങൾ ശരിയായുള്ള പ്രവൃത്തിക്ക് ആത്മനിഷ്ഠമായി നിർബന്ധിതനാകും. മനസ്സിന്റെ ആന്തരികചലനമാണ് കർമ്മം അല്ലെങ്കിൽ പ്രവൃത്തി. മനസ്സിന്റെ ആന്തരികചലനത്തോടുള്ള ശരീരത്തിന്റെ സ്വാഭാവിക പ്രതികരണമായിരിക്കും ബാഹ്യമായ ചലനങ്ങളും പ്രവർത്തനങ്ങളുമെല്ലാം. നിങ്ങളുടെ വിസ്മയകരമായ തീരുമാനത്തെപ്പറ്റി ഒരു സുഹൃത്തോ സഹപ്രവർത്തകനോ നിങ്ങളെ അഭിനന്ദിക്കുന്നതു കേൾക്കുമ്പോൾ, അത് നിങ്ങളുടെ ജീവിതത്തിലെ ശരിയായ പ്രവർത്തനത്തിലേക്ക് ചലനസദ്ധമാകാൻ നിങ്ങളെ പ്രേരിപ്പിക്കും.

വിശുദ്ധ പോളിനെ തന്റെ മനസ്സിനെ ശരിയായ കർമ്മത്തിലേക്കു നയിക്കുന്ന വിശ്വാസത്തിലേക്കു നയിക്കാനും പ്രചോദിപ്പിക്കാനും ഉപാധിയാക്കുന്ന ഒരാൾ ഉപയോഗിക്കുന്നത് വിവേകത്തെ സംബന്ധിച്ച അനന്തമായ ഒരു തത്വത്തെയാണ്.

തന്റെ മനസ്സ് ആ നിലയിലേക്ക് എത്തിച്ചേരാൻ അദ്ദേഹം ഏതു സങ്കേതമാണ് സ്വീകരിച്ചതെന്നത് കണക്കാക്കേണ്ട തുമില്ല. പ്രശ്നങ്ങളും മറ്റ് കഷ്ടസ്ഥിതികളും അഭിമുഖീകരിച്ച പ്പോൾ ഗെയ്ഥേ തന്റെ ഭാവനയെ വിവേകപൂർവ്വം ഉപയോ ഗിക്കുകയാണ് ചെയ്തത്. അദ്ദേഹം അനേകമണിക്കൂറുകൾ ശാന്തമായ സാങ്കൽപ്പിക സംഭാഷണങ്ങൾക്കായി നീക്കി വയ്ക്കാറുണ്ടെന്ന് അദ്ദേഹത്തിന്റെ ജീവചരിത്രകാരന്മാർ ചൂണ്ടിക്കാട്ടുന്നു. തന്റെ കൂട്ടുകാരിലൊരാളെ മുന്നിലുള്ള കസേരയിൽ സങ്കൽപ്പിക്കുകയാണ് അദ്ദേഹത്തിന്റെ രീതി യെന്ന് എല്ലാവർക്കും അറിയാവുന്നതാണ്. എന്നിട്ട് അയാൾ ക്ക് ശരിയായ രീതിയിൽ മറുപടി നൽകുന്നതായി സങ്കൽ പ്പിക്കും. മറ്റൊരു രീതിയിൽ പറഞ്ഞാൽ, അദ്ദേഹത്തിന് എന്തെങ്കിലും പ്രശ്നമുണ്ടാകുമ്പോൾ, അതിനുള്ള ശരിയായ ഉത്തരം തന്റെ കൂട്ടുകാരൻ നൽകുന്നതായി അദ്ദേഹം സങ്കൽ പ്പിക്കും. സ്വാഭാവികമായ ആംഗ്യങ്ങളും ശബ്ദനിയന്ത്രണവും ഉപയോഗിച്ചുകൊണ്ടാണ് ഈ സങ്കൽപ്പ സംഭാഷണം. സമഗ്ര മായ ആ സാങ്കൽപ്പികരംഗത്തെ വളരെ യഥാതഥവും വ്യക്ത വുമാക്കാൻ അദ്ദേഹം പരമാവധി ശ്രമിച്ചിരുന്നു.

ന്യൂയോർക്ക് നഗരത്തിലെ ഒരു സ്റ്റോക്ക് ബ്രോക്കറുമായി എനിക്ക് നല്ല പരിചയമായിരുന്നു. സ്റ്റെയ്ൻവേ ഹാളിൽ നട ക്കുന്ന എന്റെ ക്ലാസുകളിൽ അയാൾ പതിവായി പങ്കെടുക്കും. സാമ്പത്തിക പ്രശ്നങ്ങൾ അയാൾ പരിഹരിക്കുന്ന രീതികൾ വളരെ ലളിതമാണ്. ശതകോടീശ്വരനായ തന്റെ ഒരു ബാങ്കർ സുഹൃത്തുമായുള്ള സാങ്കൽപ്പിക സംഭാഷണത്തിലൂടെ യാണയാളിത് പരിഹരിക്കുന്നത്. സുഹൃത്ത് അയാളെടുത്ത ബുദ്ധിപരവും ഉറച്ചതുമായ തീരുമാനങ്ങളുടെ പേരിലയാളെ എപ്പോഴും അഭിനന്ദിക്കും. ശരിയായ ഓഹരികൾ വാങ്ങി യതിന് പ്രശംസകൾ ചൊരിയും. തന്റെ മനസ്സിൽ വിശ്വാസം മനശ്ശാസ്ത്രപരമായി ഉറയ്ക്കുന്നതുവരെ അയാൾ ഈ

ഭാവനാസംഭാഷണത്തെ നാടകീയമായി മുന്നോട്ടുകൊണ്ടു പോകും.

ഓസ്പെൻസ്കിയുടെ വിദ്യാർത്ഥിയായ മിസ്റ്റർ നിക്കോൾസ് എപ്പോഴും പറയും: 'നിങ്ങളിലെ ആന്തരിക സംഭാഷണത്തെ ശ്രദ്ധിക്കുകയും അതിനെ നിങ്ങളുടെ ലക്ഷ്യവുമായി പൊരുത്തപ്പെടുത്തുകയും ചെയ്യുക.'

തനിക്കും തന്റെ ക്ലയന്റുകൾക്കുംവേണ്ടി മികച്ച നിക്ഷേപങ്ങൾ നടത്തുക എന്ന തന്റെ ലക്ഷ്യവുമായി അയാളുടെ ആന്തരിക സംഭാഷണങ്ങളും മൊഴികളും തീർച്ചയായും പൊരുത്തപ്പെട്ടിരുന്നു.

മറ്റുള്ളവർക്കുവേണ്ടി പണമുണ്ടാക്കുകയും, തന്റെ ബുദ്ധിപരമായ ഉപദേശം കേട്ട് അവർ സാമ്പത്തികമായ അഭിവൃദ്ധി പ്രാപിക്കുകയും ചെയ്യുകയെന്നതാണ് തന്റെ മുഖ്യലക്ഷ്യമെന്ന് അയാൾ എന്നോട് പറഞ്ഞിട്ടുണ്ട്. മാനസിക നിയമങ്ങളെ വളരെ നിർമ്മാണാത്മകമായി ഉപയോഗിക്കുകയായിരുന്നു അയാൾ ചെയ്തിരുന്നതെന്ന് വളരെ വ്യക്തമാണ്.

പ്രാർത്ഥന ഒരു ഹാബിറ്റാണ്. ഈ ബ്രോക്കർ സ്ഥിരമായി, ഇടയ്ക്കിടയ്ക്കുള്ള ഇടവേളകളിൽ, താൻ സൃഷ്ടിച്ച തന്റെ മനസ്സിലെ ഈ ഭാവനാലോകത്തേക്ക് തിരിച്ചുചെല്ലാറുണ്ട്; ആഴത്തിലുള്ളതും, ആത്മനിഷ്ഠമായ ഒരു ക്രമത്തിൽ. ആത്മനിഷ്ഠമായി രൂപംകൊള്ളുന്നത് വസ്തുനിഷ്ഠമായി പ്രകടിപ്പിക്കപ്പെടുന്നു. മനസ്സിന്റെ ഡാർക്ക് റൂമിൽ ഡെവലപ്പ് ചെയ്യപ്പെട്ട് സ്ഥാപിതമായ മാനസികചിത്രമാണിത്. നിങ്ങളിലെ ഈ മാനസിക ചലച്ചിത്രം എപ്പോഴും ഓടിച്ചുകൊണ്ടിരിക്കുക. നിങ്ങളുടെ മനസ്സിൽ അത് മിന്നിമറയുന്നത് ഒരു ശീലം തന്നെയാക്കുക. കുറച്ചുകഴിയുമ്പോൾ അത് ഒരു നിശ്ചിതവും സ്വാഭാവികമായി ആവർത്തിക്കുന്നതുമായ ഒരു ക്രമം തന്നെയായിത്തീരും. നിങ്ങളുടെ മാനസികനേത്രത്താൽ നിങ്ങൾ കണ്ട ആന്തരികചലച്ചിത്രം ഇങ്ങനെ തുറന്ന് പറയും: 'അവൻ

വസ്തുതകളെ മുമ്പ് ഉണ്ടായിരുന്ന പോലെയല്ല വിളിക്കുന്നത്. മാത്രമല്ല, കാണാത്തത് കാണപ്പെടുകയും ചെയ്യുന്നു.'

ധാരാളം പേർ തങ്ങളുടെ പ്രശ്നങ്ങളെയും പ്രതിസന്ധികളെയും പരിഹരിക്കുന്നത് തങ്ങളുടെ ഭാവനയുടെ കളികൊണ്ടാണ്. എന്തു തങ്ങൾ ഭാവന ചെയ്യുകയും സത്യമെന്നുകരുതുകയും ചെയ്യുന്നുവോ, തീർച്ചയായും അത് സംഭവിക്കും എന്ന വിശ്വാസത്തിലാണ് അവരിതു ഭാവനചെയ്യുന്നത്.

കുറച്ചുകാലങ്ങൾക്കുമുമ്പ് ഒരു യുവതി ഒരു കേസിന്റെ കുരുക്കിൽപ്പെട്ടു. അഞ്ചു കൊല്ലക്കാലം അത് നിലനിന്നു. ഒരു ദിവസത്തെ കേസ് മറ്റ് ദിവസങ്ങളിലേക്ക് മാറ്റിമാറ്റിവയ്ക്കുന്നതല്ലാതെ, യാതൊരു പരിഹാരവും മുന്നിൽ തെളിഞ്ഞില്ല. എന്നാൽ എന്റെ അഭിപ്രായപ്രകാരം അവൾ ഒരു കാര്യം നാടകീയമായി വിഭാവനം ചെയ്യാൻ തുടങ്ങി. കേസിന്റെ പരിണതികളെപ്പറ്റി തന്റെ നിയമജ്ഞൻ താനുമായി ചർച്ച ചെയ്യുന്നത് വളരെ വ്യക്തതയോടെയും നാടകീയതയോടെയും അവൾ മനസ്സിൽ ഭാവനചെയ്തുകൊണ്ടിരുന്നു. അവൾ അയാളോട് ചോദ്യം ചോദിക്കും. അയാൾ കൃത്യമായി മറുപടികളും പറയും.

പിന്നീട് ഫ്രഞ്ച് സ്കൂൾ ഓഫ് മെന്റൽ തെറാപ്യൂട്ടിക്സിന്റെ നിർദ്ദേശപ്രകാരം അവൾ ആ സംഭാഷണങ്ങളെല്ലാം ലളിതമായ ചെറുവാക്യങ്ങളാക്കി സംഗ്രഹിച്ചിരുന്നു. അവൻ അത് ആവർത്തിച്ച് തന്നോട് പറയുന്നതായി അവൾ വിഭാവനം ചെയ്തിരുന്നു. അവൾ പറഞ്ഞ ആ വാക്യം ഇതായിരുന്നു: 'തികവുറ്റതും പരസ്പരം സ്വരച്ചേർച്ച ഉറപ്പുവരുത്തുന്നതുമായ ഒരു പരിഹാരമുണ്ട്. കേസ് മുഴുവനും കോടതിക്ക് പുറമേ ഒത്തുതീർപ്പാക്കുന്നു.'

തനിക്ക് ഒരു നിമിഷം വീണുകിട്ടുമ്പോഴെല്ലാം അവൾ ആ മാനസികചിത്രത്തിലേക്ക് നോക്കും. ഒരു റെസ്റ്ററന്റിൽ കാപ്പികുടിച്ചുകൊണ്ടിരിക്കുമ്പോൾ പോലും ഭാവഹാവാദി

കളോടെ അവൾ ആ മാനസികചലച്ചിത്രം ആവർത്തിക്കും. അയാളുടെ ശബ്ദവും ചിരിയും ശരീരചലനത്തിലെ ശൈലീ പരമായ പ്രത്യേകതകളുമെല്ലാം അവൾക്ക് വളരെ എളുപ്പം ഭാവന ചെയ്യാൻ കഴിയാറുണ്ട്. ആത്മനിഷ്ഠമായ ഒരു ക്രമ ബദ്ധതയോടെ അവൾ ആ മാനസിക സിനിമ ഇടയ്ക്കിടെ ആവർത്തിക്കും, ഒരേ റെയിൽവേ ട്രാക്കിലെ സ്ഥിരയാത്ര പോലെ. അതവളുടെ മനസ്സിൽ എഴുതിവയ്ക്കപ്പെട്ടുകഴിഞ്ഞു; ബൈബിൾ പറയുന്നപോലെ 'അതവളുടെ ഹൃദയത്തിലും ആന്തരികാവയവങ്ങളിലും രേഖപ്പെടുത്തപ്പെട്ടു കഴിഞ്ഞു.' അവൾ ഉപസംഹരിക്കുന്നതിങ്ങനെയാണ്: 'ദൈവം കർമ്മ സജ്ജമാകുന്നതാണത്, സ്വരച്ചേർച്ചയാലും സമാധാനത്താ ലും ചുറ്റുപാടും അർത്ഥപൂർണ്ണമാക്കിക്കൊണ്ട്' (സ്വരച്ചേർച്ച ദൈവത്തിന്റേതാണ്. ഒരു നിയമവ്യവഹാരത്തിൽ നിങ്ങൾ തേടുന്നത് സ്വരച്ചേർച്ചയോടെയുള്ള പരിഹാരമാണ്).

ഭാവനയെന്ന ശാസ്ത്രത്തിൽ, നിങ്ങൾ ആദ്യം ചെയ്യേ ണ്ടത് ഭാവനയെ അച്ചടക്കപൂർണ്ണമാക്കുകയെന്നതാണ്. അതിനെ കലാപത്തിലേക്ക് വിടരുത്. ശാസ്ത്രം ശുദ്ധിയിൽ ഊന്നുന്നു. നിങ്ങൾക്ക് രാസികശുദ്ധിയുള്ള ഒരുൽപ്പന്നം ആഗ്രഹമുണ്ടെങ്കിൽ, നിങ്ങൾ മറ്റു വസ്തുക്കളുടെ എല്ലാ അംശങ്ങളെയും അതിൽനിന്ന് നീക്കിക്കളയണം. ബാഹ്യ വസ്തുക്കളെയും അകറ്റി നിർത്തണം. മറ്റൊരു രീതിയിൽ പറഞ്ഞാൽ, നിങ്ങൾ എല്ലാ മാലിന്യങ്ങളെയും വേർതിരിച്ച് മാറ്റിക്കളയണം.

ഭാവനാശാസ്ത്രത്തിൽ നിങ്ങൾ ചെയ്യേണ്ടത്, ഭയം, ദുരിതം, സംഹാരാത്മകമായ ആത്മഭാഷണങ്ങൾ, സ്വയം വെറുപ്പ്, മറ്റു നെഗറ്റീവ് ചിന്തകളോടുള്ള അടുപ്പം തുടങ്ങിയ എല്ലാ മാനസിക അശുദ്ധികളെയും നീക്കിക്കളയുക എന്ന താണ്.

നിങ്ങൾ എല്ലാ ശ്രദ്ധയും നിങ്ങളുടെ ആദർശത്തിൽ കേന്ദ്രീകരിക്കുക. നിങ്ങളുടെ ജീവിതലക്ഷ്യത്തിൽനിന്ന്

വ്യതിചലിക്കപ്പെടാൻ അനുവദിക്കരുത്. നിങ്ങളുടെ ആദർശ ലക്ഷ്യത്തിന്റെ യാഥാർത്ഥ്യവുമായി നിങ്ങൾ മാനസികമായി ഇഴുകിച്ചേരുമ്പോൾ, നിങ്ങൾ സ്നേഹത്തോടെ അതിൽ വിശ്വാസമുറപ്പിക്കുമ്പോൾ, നിങ്ങളുടെ ലോകത്തിൽ ആ അഭിലാഷം രൂപംപ്രാപിക്കുന്നതു കാണാൻ കഴിയും. ജോഷയുടെ പുസ്തകത്തിൽ ഇങ്ങനെ പറയുന്നു, 'നിങ്ങൾ ഒരാളെ സേവിക്കാൻ ഈ ദിനം തെരഞ്ഞെടുക്കുക.' നിങ്ങൾ തെരഞ്ഞെടുക്കുന്നത് ഇപ്പറയുന്നതാകട്ടെ,' നല്ല പേരുള്ളവയും സുന്ദരങ്ങളുമായ ഏതുവസ്തുക്കളെയും ഞാൻ ഭാവനചെയ്യാൻ പോവുകയാണ്.'

ദൈവദത്തമായ കഴിവിനെ നിന്ദ്യമായ രീതിയിൽ കീഴ്മേൽമറിച്ച് ഉപയോഗിക്കുന്നതിനെപ്പറ്റി അറിയുകയും അതിനെപ്പറ്റി നിരവധി പേരോട് സംസാരിക്കുകയും ചെയ്തിട്ടുണ്ട് ഞാൻ. ഉദാഹരണം പറയാം. മകൻ ജോൺ പുറത്തുനിന്ന് വരാൻ വൈകുമ്പോൾ അമ്മ സങ്കൽപ്പിക്കുന്നത് അവന് എന്തോ പറ്റിയിട്ടുണ്ട് എന്നാണ്. അവന് അപകടം പറ്റി ആശുപത്രിയിലെ ഓപ്പറേഷൻ തിയറ്ററിലാണെന്ന് അവൾ ഭാവന ചെയ്യുന്നു.

തന്റെ ബിസിനസ്സ് വളരെ ഐശ്വര്യകരമായി വളർന്നുകൊണ്ടിരിക്കുന്ന ഒരു ബിസിനസ്സുകാരൻ നെഗറ്റിവിറ്റിയിൽ മുഴുകുകയും തന്റെ ഭാവനയെ നാശകരമായ രീതിയിൽ ഉപയോഗിക്കുകയും ചെയ്യുന്നതാണ് മറ്റൊരുദാഹരണം. ഓഫീസിൽനിന്ന് വീട്ടിൽ വന്ന് അയാൾ മനസ്സിൽ കാണുന്നത് തന്റെ സമ്പൂർണ്ണ പരാജയത്തിന്റെ ഒരു ചലച്ചിത്രമാണ്. തന്റെ ഷെൽഫുകൾ ശൂന്യമാകുന്നതും ഒരു പണം പോലും ബാങ്ക് ബാലൻസില്ലാതെ പാപ്പരാകുന്നതും ഒക്കെ അയാൾ മനസ്സിൽ സങ്കൽപ്പിക്കുന്നു. ബിസിനസ്സ് പൂട്ടുന്നു... എന്നിട്ടും അയാൾ മുന്നേറുന്നുണ്ട്. അയാളുടെ ആ നെഗറ്റീവ് മാനസചിത്രത്തിൽ സത്യത്തിന്റെ ഒരു കണികയുമില്ല; യാതൊരടിസ്ഥാനവു

മില്ലാത്ത പച്ച നുണയാണത്. മറ്റൊരു ഭാഷയിൽ പറയുകയാണെങ്കിൽ, ഇയാൾ പേടിക്കുന്ന വസ്തു നിലനിൽക്കുന്നില്ല. രോഗാതുരമായ ഭാവനയാണത്. തോൽവി ഒരിക്കലും ഉണ്ടാകില്ല; ഭയവികാരത്താൽ ചോദിതമായ ആ രോഗാതുരചിത്രം അയാൾ കാത്തുസൂക്ഷിക്കുന്നതൊഴിച്ച്. എന്നാൽ ഇയാൾ നിരന്തരം ഈ മാനസിക ചിത്രത്തിൽ മുഴുകുകയാണെങ്കിൽ, തീർച്ചയായും അയാളിലേക്ക് പരാജയം കടന്നുവരും. തോൽവിയോ, ജയമോ തെരഞ്ഞെടുക്കേണ്ടതെന്നുള്ളത് അയാളുടെ കയ്യിലാണ്. എന്നാൽ അയാൾ തോൽവി തെരഞ്ഞെടുത്തു.

തീവ്രദുഃഖിതരുമുണ്ട്; അവർ ഒരിക്കലും നല്ലതും സുന്ദരമായതും ഭാവനചെയ്യുന്നതായി കണ്ടിട്ടില്ല. മോശവും വിനാശകരവുമായ എന്തോ എപ്പോഴും സംഭവിക്കാൻ പോകുന്നതായി അവർ കരുതുന്നതായി കാണുന്നു. എന്തെങ്കിലും നല്ലത് സംഭവിക്കുമെന്നോ, സംഭവിക്കണമെന്നോ പറയാനുള്ള ഒരൊറ്റ കാരണവും അവർക്ക് നിങ്ങളോട് പറയാൻ വയ്യ; എന്നാലാകട്ടെ, തിന്മയുറ്റതും ഭയാനകവുമായ എന്തോ സംഭവിക്കുമെന്ന് പറയാനുള്ള എല്ലാ കാരണങ്ങളും അവരിൽ സജ്ജമാണ്.

എന്തുകൊണ്ടാണിത്? കാരണം ലളിതം: ആളുകൾ സ്വഭാവപരമായിത്തന്നെ നെഗറ്റീവാണ്. അതുകൊണ്ടുതന്നെ അവരുടെ ചിന്തയിൽ ഭൂരിഭാഗവും നെഗറ്റീവും, സംഹാരാത്മകവും, രോഗാതുരവും കുഴപ്പം നിറഞ്ഞവയുമാണ്. ചിന്തയിലെ ഈ നെഗറ്റീവ് ക്രമം അവർ ഒരു ഹാബിറ്റ് ആയി തുടരാൻ തുടങ്ങുമ്പോൾ, അവർ അവരുടെ ഉപബോധമനസ്സിനെ നെഗറ്റീവ് ആയി രൂപപ്പെടുത്തുകയാണ്. അവരിലെ പ്രാമാണിക മാനസികാവസ്ഥകളും ചിന്തകളും കൊണ്ട് അവരുടെ ഭാവന നിയന്ത്രിക്കപ്പെടുന്നു; അതുകൊണ്ടാണ് അവർ തങ്ങളുടെ പ്രിയപ്പെട്ടവരെപ്പറ്റിപ്പോലും തിന്മനിറഞ്ഞ ഭാവനയിൽ ഏർപ്പെടുന്നത്.

ഉദാഹരണം പറയാം. അവരുടെ മകൻ ആർമിയിൽ ചേർന്നുവെന്നിരിക്കട്ടെ. അവന് നീരുവീഴ്ചപിടിക്കുമെന്നും അവൻ

മദ്യപാനിയാകുമെന്നും ധാർമ്മികമായി കുത്തഴിഞ്ഞ ജീവിതം നയിക്കുമെന്നും എന്നൊക്കെ ഭാവന ചെയ്യുന്നു. അവൻ യുദ്ധത്തിൽ പങ്കെടുക്കുന്ന സമയത്ത്, അവന് വെടികൊള്ളുമെന്ന് ഭാവന ചെയ്യുന്നു - എല്ലാത്തരത്തിലുമുള്ള വിനാശകര ബിംബങ്ങൾ അവരുടെ മനസ്സിലേക്ക് പ്രവേശിക്കുന്നു. ഹാബിറ്റിന്റെ ഹിപ്നോട്ടിക്ക് സ്വാധീനത്തിൽ നിന്നാണിതു സംഭവിക്കുന്നത്. അവരുടെ പ്രാർത്ഥനകൾ അസാധുവാക്കപ്പെടുന്നു.

ഉടനേ നിങ്ങൾ ഒരു തെരഞ്ഞെടുപ്പു നടത്തുക! സൃഷ്ടിപരമായും സ്വരൈക്യത്തോടെയും ചിന്തിക്കാൻ തുടങ്ങുക. ചിന്തിക്കുകയെന്നാൽ സംസാരിക്കുകയെന്നതാണ്. നിങ്ങളുടെ ചിന്തയാണ് നിങ്ങളുടെ വാക്ക്. നിങ്ങളുടെ വാക്കുകൾ ഒരു തേൻകൂടാകട്ടെ. കാതിനു മധുരമേകട്ടെ. അസ്ഥിവരെ ആനന്ദം പകരട്ടെ.

നിങ്ങളുടെ വാക്കുകൾ 'രജതചിത്രങ്ങളിലെ സുവർണ്ണ ആപ്പിളുകളാകട്ടെ.' വർത്തമാനാവസ്ഥയുടെ വളർന്ന രൂപമാണ് ഭാവി; നിങ്ങളുടെ അദൃശ്യമായ വാക്കോ, ചിന്തയോ ആണ് ദൃശ്യമായിത്തീരുന്നത്. നിങ്ങളുടെ വാക്കുകൾ കാതിന് മധുരതരങ്ങളാണോ? ഈ നിമിഷത്തിൽ നിങ്ങളുടെ ആന്തരികവചസ്സ് ഇഷ്ടപ്പെടുന്നതെന്തിനെയാണ്? ഒരുപക്ഷേ, നിങ്ങൾ നിങ്ങളോട്, 'എനിക്ക് കഴിയില്ല; അത് അസാദ്ധ്യമാണ്, എനിക്കിന്ന് ഏറെ പ്രായമായി' എന്ന് പറഞ്ഞുകൊണ്ടിരിക്കുകയായിരിക്കാം. 'മേരിക്ക് കഴിയും. എനിക്ക് കഴിയില്ല. എന്റെ കയ്യിൽ പണമില്ല. എനിക്കിത് താങ്ങാൻ പറ്റില്ല. ഞാൻ ശ്രമിച്ചുനോക്കി, ഒരു ഫലവുമില്ല...' എന്നൊക്കെ... നിങ്ങളുടെ വാക്കുകൾ തേൻ കൂടല്ലെന്ന് നിങ്ങൾക്ക് കാണാൻ കഴിയും. അവ നിങ്ങളുടെ കാതിൽ മധുരം പകരുന്നില്ല. അവ നിങ്ങളെ പ്രചോദിപ്പിക്കുകയോ ഉയർത്തുകയോ ചെയ്യുന്നില്ല.

ആന്തരിക ഭാഷണത്തിന്റെ പ്രാധാന്യത്തെപ്പറ്റി ഓസ്പെൻസ്കി എപ്പോഴും ഊന്നിപ്പറയാറുണ്ടായിരുന്നു. ആന്തരിക

മായ പരസ്പരസംഭാഷണത്തെപ്പറ്റിയും പറച്ചിലുകളെപ്പറ്റിയുമൊക്കെ. സത്യത്തിൽ നിങ്ങളുടെ ഉള്ളിൽ ചിന്തിക്കുന്നതാണത്; ബാഹ്യലോകത്തെ ആന്തരികമായ കണ്ണാടികൾ പ്രതിഫലിപ്പിക്കുന്നു. നിങ്ങളുടെ ആന്തരിക സംഭാഷണം അസ്ഥികൾക്ക് ആനന്ദം പകരുന്നുണ്ടോ? അതു നിങ്ങളെ ഔന്നത്യത്തിലേക്കുയർത്തുകയും, രോമാഞ്ചം കൊള്ളിക്കുകയും, ആനന്ദിപ്പിക്കുകയും ചെയ്യുന്നുണ്ടോ?

തുണയുടെയും രൂപസമതുലനത്തിന്റെയും പ്രതീകമാണ് അസ്ഥികളെന്നത്. നിങ്ങളുടെ ആന്തരിക സംഭാഷണം നിങ്ങളെ പോഷിപ്പിക്കുകയും ബലപ്പെടുത്തുകയും ചെയ്യും. 'എന്നാൽ വാക്ക് നിങ്ങളുടെ വളരെ അരികിലാണ്, നിങ്ങളുടെ ചുണ്ടിലാണ്, നിങ്ങളുടെ ഹൃദയത്തിലാണ്. അതുകൊണ്ട് നിങ്ങൾക്കതു പറയാം. നോക്കൂ. ഈ ദിനജീവിതം ഞാൻ നിങ്ങളുടെ മുന്നിൽവച്ചിരിക്കയാണ്; അതോടൊപ്പം നന്മയും മരണവും തിന്മയും.'

ആലോചിച്ചുറപ്പിച്ചുകൊണ്ട് ഇപ്പോൾ പ്രഖ്യാപിക്കുക: 'ഈ നിമിഷം മുതൽ, രോഗശാന്തിയുണ്ടാക്കുകയും അനുഗ്രഹം ചൊരിയുകയും പ്രചോദിപ്പിക്കുകയും ശക്തിവർദ്ധിപ്പിക്കുകയും ചെയ്യുന്ന ആശയങ്ങളിലും ചിന്തകളിലും മാത്രം വ്യവഹരിക്കാനേ എന്റെ മനസ്സിനെ ഞാൻ അനുവദിക്കൂ.' ഇപ്പോൾ മുതൽ നിങ്ങളുടെ വാക്കുകൾ 'രജതചിത്രങ്ങളിലെ സ്വർണ്ണ ആപ്പിളുകളാകട്ടെ.' ആപ്പിൾ സ്വാദിഷ്ഠമായ പഴമാണ്. സ്വർണ്ണം എന്നാൽ ഇവിടെ 'ശക്തി' എന്ന് അർത്ഥം. വെള്ളിച്ചിത്രങ്ങൾ എന്നാൽ ബൈബിൾ അർത്ഥമാക്കുന്നത് 'നിങ്ങളുടെ അഭിലാഷങ്ങൾ' എന്നാണ്. കാര്യങ്ങൾ എങ്ങനെയാകണം എന്ന നിങ്ങളുടെ ചിന്തയാണ് മനസ്സിലെ ചിത്രത്താൽ സൂചിപ്പിക്കപ്പെടുന്നത്. അത് നിങ്ങളുടെ സാക്ഷാത്കൃതമായ ആഗ്രഹത്തിന്റെ ചിത്രമാണ്. അത് ഒരു പുതിയ പദവിയോ ആരോഗ്യമോ ആകാം. നിങ്ങളുടെ വാക്കുകൾ

നിങ്ങളുടെ ആന്തരികമായ നിശ്ശബ്ദചിന്തകളാകട്ടെ. ചിന്തകൾ വെള്ളിച്ചിത്രം അല്ലെങ്കിൽ നിങ്ങളുടെ അഭിലാഷം എന്നതുമായി പൊരുത്തപ്പെടുന്നു. ആശയും ചിന്തയും ഒരു മാനസിക വിവാഹത്താൽ ഒന്നിക്കുകയും, ഉത്തരം നൽകപ്പെട്ട പ്രാർത്ഥനയായി തീരുകയും ചെയ്യുന്നു.

നിങ്ങൾ ബൈബിളിന്റെ ഭാവനയെ പിന്തുടരുമെന്നുറപ്പു വരുത്തുക. നിങ്ങളുടെ വാക്കുകളെ കാതുകൾക്ക് മധുരം പകരാൻ അനുവദിക്കുക. നിങ്ങൾ നിങ്ങളുടെ കാതുകൾക്ക് ഇപ്പോൾ എന്താണു നൽകാൻ പോകുന്നത്? നിങ്ങളെന്താണ് കേട്ടുകൊണ്ടിരിക്കുന്നത്? നിങ്ങൾ എന്താണ് ശ്രദ്ധിക്കുന്നത്? നിങ്ങൾ എന്തിലാണോ ശ്രദ്ധ നൽകുന്നത്, നിങ്ങളുടെ അനുഭവത്തിൽ അത് വളരും, വലുതാകും, പലതായി ഗുണീഭവിക്കും.

'കേൾവിയിലൂടെ വിശ്വാസം വരുന്നു' പോൾ പറയുന്നു. ദൈവത്തിന്റെ മഹാസത്യങ്ങൾ ശ്രദ്ധിക്കുക. ദൈവത്തിന്റെ ശബ്ദം ശ്രദ്ധിക്കുക. ഏതു ഭാഷയിലാണ് ദൈവം സംസാരിക്കുന്നത്? അത് ഗേലിക്കോ ഫ്രഞ്ചോ ഇറ്റാലിയനോ അല്ല. സ്നേഹാവസ്ഥയുടെയും സമാധാനത്തിന്റെയും ആനന്ദത്തിന്റെയും സ്വരച്ചേർച്ചയുടെയും വിശ്വാസത്തിന്റെയും ആത്മവിശ്വാസത്തിന്റെയും അതോടുകൂടെ സൽപ്പേരിന്റെയും പ്രാപഞ്ചികഭാഷയാണത്. നിങ്ങളുടെ കാതുകൾ ദൈവത്തിന്റെ ഈ സ്വഭാവഗുണങ്ങളിലേക്കും ശേഷീവിശേഷങ്ങളിലേക്കും ശ്രദ്ധിക്കുക. മാനസിക സമീപനം ഈ ഗുണങ്ങളെ ഉൾക്കൊള്ളാൻ സഹായിക്കുന്നു; നിങ്ങൾ അത് തുടർന്നുകൊണ്ടിരിക്കയാണെങ്കിൽ, പോസിറ്റീവും ശാശ്വതസ്വഭാവമുള്ളതുമായ ഈ ഗുണവിശേഷങ്ങളാൽ നിങ്ങൾ രൂപപ്പെടുത്തപ്പെടും. സ്നേഹത്തിന്റെ നിയമം നിങ്ങളെ ഭരിക്കും.

എപ്പോഴും ആവർത്തിക്കപ്പെടുന്ന ഈ ഉദ്ധരണി നിങ്ങൾ കേട്ടിട്ടുണ്ടാകും, 'മനുഷ്യൻ ദൈവത്തിന്റെ രൂപത്തിൽ

അവനെപ്പോലെ സൃഷ്ടിക്കപ്പെട്ടിരിക്കുന്നു.' ദൈവത്തിന്റെ മനസ്സാണ് നിങ്ങളുടെ മനസ്സെന്നാണിതിനർത്ഥം. അതെ. ഒരൊറ്റ മനസ്സേയുള്ളു. നിങ്ങളുടെ ആത്മാവ് ദൈവത്തിന്റെ ആത്മാവാണ്. ദൈവം സൃഷ്ടിക്കുന്ന അതേ നിയമമനുസരിച്ച്, അതേ മാർഗ്ഗത്തിൽ ആണ് മനുഷ്യൻ സൃഷ്ടിക്കുന്നത്.

നിങ്ങളുടെ വ്യക്തിഗതലോകം; നിങ്ങളുടെ അനുഭവങ്ങൾ, അവസ്ഥകൾ, സാഹചര്യങ്ങൾ, പരിസ്ഥിതി, അതോടൊപ്പം നിങ്ങളുടെ ആരോഗ്യം, സാമ്പത്തിക നിലകൾ, സാമൂഹ്യജീവിതം മുതലായവയെല്ലാം നിങ്ങളുടെ സ്വന്തം മാനസികപ്രതിബിംബത്തിനനുസൃതമായാണ്, നിങ്ങളുടെ സ്വന്തം ഇഷ്ടത്തിനനുസരിച്ചാണ് നിർമ്മിക്കപ്പെടുന്നത്.

ഇഷ്ടം ഇഷ്ടത്തെ ആകർഷിക്കുന്നു. നിങ്ങളുടെ ലോകമെന്നത് നിങ്ങളുടെ ആന്തരികലോകത്തിന്റെയും ചിന്തയുടെയും വിശ്വാസങ്ങളുടെയും ആന്തരിക സംഭാഷണങ്ങളുടെയുമെല്ലാം കണ്ണാടിപ്രതിബിംബമാണ്. നിങ്ങൾക്കെതിരെ ദുഷ്ടശക്തികൾ പ്രവർത്തിക്കുന്നതായും, അല്ലെങ്കിൽ ഒരു നിർഭാഗ്യാവസ്ഥ നിങ്ങളെ പിന്തുടരുന്നതായും, അതുമല്ലെങ്കിൽ മറ്റുശക്തികളും ആളുകളുമെല്ലാം നിങ്ങൾക്കെതിരെയാകുന്നതായും നിങ്ങൾ ചിന്തിക്കുകയാണെന്നിരിക്കട്ടെ. അപ്പോൾ ഈ നെഗറ്റീവ് ചിത്രങ്ങൾക്കും ഭയങ്ങൾക്കും എതിരായി നിങ്ങളുടെ അഗാധ മനസ്സിൽ ഒരു പ്രതികരണമുണ്ടാകും. ഇതിന്റെ ഫലമായി സർവ്വതും തനിക്കെതിരാണെന്നും നക്ഷത്രങ്ങൾ പോലും തനിക്കെതിരാണെന്നും നിങ്ങൾ പറഞ്ഞു തുടങ്ങും. നിങ്ങൾ കർമ്മത്തെയും, പോയ ജന്മങ്ങളെയും അല്ലെങ്കിൽ ഏതെങ്കിലും ഭൂതങ്ങളെയും വരെ നിങ്ങൾ കുറ്റപ്പെടുത്തിയേക്കാം.

സത്യത്തിൽ ഏക പാപം അജ്ഞതയാണ്. വേദന ഒരു ശിക്ഷയല്ല; നിങ്ങളുടെ ആന്തരിക ശക്തി ദുർവിനിയോഗം ചെയ്തതിന്റെ പരിണതഫലമാണത്. ഏക സത്യത്തിലേക്ക്

തിരിച്ചുവരിക. എന്തെന്നാൽ ഒരൊറ്റ ആത്മീയശക്തി മാത്രമേ ഉള്ളൂ. നിങ്ങളുടെ മനസ്സിലെ ചിന്തകളിലൂടെയും ബിംബങ്ങളിലൂടെയുമാണ് അത് പ്രവർത്തിക്കുന്നത്. ഭീതിയുടെയും തെറ്റിന്റെയും വ്യാജദൈവങ്ങളുടെ പിന്നാലെ മനുഷ്യൻ അലഞ്ഞുതിരിഞ്ഞതുകൊണ്ടാണ് പ്രശ്നങ്ങളും, ഉപദ്രവങ്ങളും സ്പർദ്ധയുമെല്ലാം കടന്നുവരുന്നത്. മനുഷ്യൻ തീർച്ചയായും കേന്ദ്രത്തിലേക്ക് തിരിച്ചുപോകണം തന്റെയുള്ളിലെ ദൈവസാന്നിദ്ധ്യത്തിലേക്ക്. നിങ്ങളുടെ ഉള്ളിലെ ഈ ആത്മീയശക്തിയുടെ പരമാധികാരത്തെയും ആധികാരികതയെയും ഇപ്പോൾത്തന്നെ ഉറപ്പിക്കുക സമസ്തജീവിതത്തിന്റെയും തത്വമാണത്.

ദിവ്യമായ മാർഗ്ഗനിർദ്ദേശവും, കരുത്തും, പോഷണവും, സമാധാനവും ആവശ്യപ്പെടുക. ആ ശക്തി അതിനനുസരിച്ച് പ്രതികരിക്കുകതന്നെചെയ്യും.

നിങ്ങളുടെ ഉപബോധമനസ്സിലേക്ക് കൃത്യമായും പോസിറ്റീവായും ഒരു ആശയം അല്ലെങ്കിൽ മാനസിക ചിത്രം നിങ്ങൾക്ക് എങ്ങനെ വിനിമയം ചെയ്യാം എന്നതിനെപ്പറ്റി ഞാനിപ്പോൾ നിങ്ങളോട് പറയാൻ പോവുകയാണ്. മനുഷ്യന്റെ ബോധമനസ്സ് വ്യക്തിപരവും ഇഷ്ടമുള്ളതു തെരഞ്ഞെടുക്കുന്നതുമാണ്. അത് ഇഷ്ടമുള്ളത് തെരഞ്ഞെടുക്കുന്നു, തൂക്കിനോക്കുന്നു, വിശകലനം ചെയ്യുന്നു, കീറിമുറിച്ചു നോക്കുന്നു - പരിശോധിക്കാൻ മാത്രം. അതിന് പ്രമാണാധിഷ്ഠിതമായ യുക്തിചിന്തയ്ക്കും അനുമാനാസ്പദമായ യുക്തിചിന്തയ്ക്കുമുള്ള കഴിവുണ്ട്. ആത്മനിഷ്ഠമനസ്സ് അഥവാ ഉപബോധമനസ്സ് ബോധമനസ്സിന് അടിപെടുന്നു. അതിനെ ബോധമനസ്സിന്റെ സേവകൻ എന്നു വേണമെങ്കിൽ വിളിക്കാം. ബോധമനസ്സിന്റെ ആജ്ഞകളെ ഉപബോധമനസ്സ് അനുസരിക്കുന്നു. നിങ്ങളുടെ ബോധപൂർവ്വമായ ചിന്തയ്ക്ക് ശക്തിയുണ്ട്. നിങ്ങൾക്ക് ലഭിക്കുന്ന ആ ശക്തി ചിന്താശക്തിയാണ്.

നിങ്ങളുടെ ചിന്തയുടെ പിറകിൽ മനസ്സുണ്ട്, ആത്മാവുണ്ട് അഥവാ ദൈവമുണ്ട്. കേന്ദ്രീകരിച്ചതും ദിശോന്മുഖവുമായ ചിന്ത ആത്മനിഷ്ഠതലങ്ങളിൽ എത്തുന്നു; അവയ്ക്ക് ഒരു നിശ്ചിത അളവിലുള്ള തീവ്രതയുണ്ട്. ശ്രദ്ധാകേന്ദ്രീകരണം വഴിയാണ് ഈ തീവ്രത ആർജ്ജിച്ചിരിക്കുന്നത്.

ശ്രദ്ധാകേന്ദ്രീകരണം എന്നുപറഞ്ഞാൽ കേന്ദ്രത്തിലേക്കുള്ള തിരിച്ചുവരവാണ്. നിങ്ങൾക്കുള്ളിൽവ്യാപിച്ച് സ്മിതാർദ്രമായി വിശ്രാന്തികൊള്ളുന്ന ആ അനന്തശക്തിയെപ്പറ്റിയുള്ള പരിചിന്തനമാണ്. ശരിയായ രീതിയിൽ കേന്ദ്രീകരിക്കുകയെന്നാൽ, നിങ്ങൾ നിങ്ങളുടെ മാനസികചക്രങ്ങളെ നിശ്ചലമാക്കുകയും പ്രശാന്തവും സമാശ്വാസപൂർണ്ണവുമായ ഒരു മാനസികാവസ്ഥയിലേക്ക് കടക്കുകയും ചെയ്യുക എന്നതാണ്. നിങ്ങൾ ശ്രദ്ധാകേന്ദ്രീകരണം നടത്തുമ്പോൾ നിങ്ങളുടെ എല്ലാ ചിന്തകളെയും ഒരുമിപ്പിച്ചുകൊണ്ടുവന്ന് നിങ്ങളുടെ ആശയത്തിൽ, ലക്ഷ്യത്തിൽ അല്ലെങ്കിൽ ഉദ്ദേശ്യത്തിൽ ശ്രദ്ധ കേന്ദ്രീകരിക്കുകയാണ്. നിങ്ങളിപ്പോൾ ഒരു കേന്ദ്രബിന്ദുവിലാണ്, അല്ലെങ്കിൽ കേന്ദ്രീകൃതബിന്ദുവിലാണ്. നിങ്ങളുടെ ആ മാനസിക ബിംബത്തിലേക്ക്, നിങ്ങളുടെ മുഴുവൻ ശ്രദ്ധയും ആരാധനയും കേന്ദ്രീകരിക്കുന്നു. കേന്ദ്രീകൃത ശ്രദ്ധ എന്ന പ്രക്രിയ, സൂര്യരശ്മികളെ കേന്ദ്രീകരിപ്പിക്കുവാൻ സാധിക്കുന്ന ഭൂതക്കണ്ണാടിയെപ്പോലെയാണ്.

സൂര്യതാപത്തിന്റെ ശിഥിലീകൃതമായ കമ്പനത്തിന്റെ വ്യതിയാനങ്ങൾ നിങ്ങൾക്ക് കാണാൻ സാധിക്കുന്നു. അതുപോലെതന്നെ ഒരു കേന്ദ്രബിന്ദുവിൽനിന്ന് ഉത്ഭവിക്കുന്ന കമ്പനങ്ങളെയും. ഭൂതക്കണ്ണാടിയിലെ രശ്മികളെ, അത് കേന്ദ്രീകരിക്കുന്ന വസ്തുവിനെ കത്തിക്കുന്ന രീതിയിലേക്ക് തിരിച്ചുവിടാനും നിങ്ങൾക്ക് സാധിക്കുന്നു. നിങ്ങളുടെ മാനസിക കൽപ്പനകൾക്ക് കേന്ദ്രീകൃതവും ഋജുവായതുമായ ശ്രദ്ധകൊണ്ട് ഇതിനു സമാനമായ തീവ്രത ലഭിക്കുന്നു. ഉപ

ബോധമനസ്സിന്റെ സംവേദകമായ പ്രതലത്തിൽ അഗാധവും ശാശ്വതവുമായ ഒരു മുദ്ര പതിപ്പിക്കപ്പെടുന്നു.

നിങ്ങൾക്ക് ഒരു മുദ്ര പതിപ്പിക്കാൻ കഴിയുന്നതിനു മുമ്പായി ഈ മാനസികനാടകം നിരവധി തവണ ആവർത്തിക്കപ്പെടേണ്ടതുണ്ട്. അഗാധമനസ്സിനെ ഫലപൂർണ്ണമാക്കുന്നതിന്റെ രഹസ്യം എന്നത് നിരന്തരവും, പോഷകവുമായ ഭാവന തന്നെയാണ്. ഒരു ദിവസം നിങ്ങൾക്ക് ഭയമോ സങ്കടമോ വരികയാണെങ്കിൽ, നിങ്ങളുടെ മനസ്സിന്റെ ഇരുണ്ട മുറിയിൽ നിങ്ങൾക്കുവേണ്ടി പ്രവർത്തിക്കുന്നത് ആ നിശ്ചിതമായ മനശ്ശാസ്ത്രനിയമമാണെന്നറിഞ്ഞുകൊണ്ടും മനസ്സിലാക്കിക്കൊണ്ടും നിങ്ങൾ ഉടൻ തന്നെ മനോഹരമായ ആ മാനസ ചിത്രത്തിലേക്ക് ഉറ്റുനോക്കുക. നിങ്ങൾ അങ്ങനെചെയ്യുമ്പോൾ, നിങ്ങൾ സത്യത്തിൽ വളരാനായി വിത്തിനു വെള്ളമൊഴിക്കുകയാണ് ചെയ്യുന്നത്. അതുവഴി അതിന്റെ വളർച്ചയെ ത്വരിതപ്പെടുത്തുകയാണ് ചെയ്യുന്നത്. മനുഷ്യന്റെ ബോധമനസ്സ് ഒരു മോട്ടോർ ആണ്; ഉപബോധമനസ്സ് അതിന്റെ എൻജിനും. നിങ്ങൾ മോട്ടോർ സ്റ്റാർട്ട് ചെയ്യുക. എൻജിൻ അതിന്റെ പണി ചെയ്തുകൊള്ളും. ഉപബോധമനസ്സിന്റെ ശക്തിയെ ഉണർത്തുന്ന ഡൈനാമോ ആണ് ബോധമനസ്സ്. നിങ്ങളുടെ സ്പഷ്ടമാക്കപ്പെട്ട അഭിലാഷം, ആശയം, കൽപ്പന എന്നിവ അഗാധമനസ്സിലേക്ക് വിനിമയം ചെയ്യുന്നതിന്റെ ആദ്യപടിയെന്നത്, സ്വയം സമാശ്വാസമാകലും, ശ്രദ്ധയെ ചലിക്കാതെ ശാന്തമായി നേരെ നിർത്തുകയെന്നതുമാണ്. പ്രശാന്തവും സ്വസ്ഥവും സമാധാനപൂർണ്ണവുമായ ഈ സമീപനം വ്യാജ ആശയങ്ങളെയും ബാഹ്യവസ്തുക്കളെയും നിങ്ങളുടെ ആശയത്തിൽ ഇടപെടുന്നതിൽ നിന്ന് തടയുന്നു. മാത്രമല്ല, മനസ്സിന്റെ ശാന്തവും നിസ്സംഗവും സ്വീകരണ മനഃസ്ഥിതിയുള്ളതുമായ ഈ സമീപനം കൊണ്ട്, ശ്രമം എന്നത് ഏറ്റവും കുറഞ്ഞതുമായിരിക്കും.

രണ്ടാമത്തെ പടി ഇതാണ്. നിങ്ങൾ അഭിലഷിക്കുന്ന യാഥാർത്ഥ്യത്തെ നിങ്ങൾ ഭാവന ചെയ്യാൻ തുടങ്ങുക. ഉദാഹരണം പറയാം. നിങ്ങൾ ഒരു വീട് വിൽക്കാൻ ആഗ്രഹിക്കുന്നുവെന്നിരിക്കട്ടെ. ചില റിയൽ എസ്റ്റേറ്റ് ബ്രോക്കർമാരോടുള്ള സ്വകാര്യസംഭാഷണത്തിൽ ഞാൻ എന്റെ വീട് വിറ്റതിനെപ്പറ്റി പറഞ്ഞു. അവർ അത് പ്രയോഗിക്കുകയും അവർക്ക് വിസ്മയകരമായ ഫലങ്ങൾ ഉണ്ടാവുകയും ചെയ്തു. എന്റെ വീടിനു മുന്നിലെ പൂന്തോട്ടത്തിൽ ഞാനിങ്ങനെ ഒരു ബോർഡുവച്ചു: 'ഫോർ സെയിൽ, ബൈ ഓണർ.' ഇതുവച്ച് രണ്ടാം ദിവസം ഉറങ്ങാൻ കിടന്നപ്പോൾ ഇങ്ങനെ ഞാൻ എന്നോടുപറഞ്ഞു, 'വീടുവിറ്റെന്നിരിക്കട്ടെ, എന്താണ് നീ ചെയ്യാൻ പോകുന്നത്.'

ഞാൻ ഉത്തരം പറഞ്ഞതിങ്ങനെ: 'ഞാൻ ഈ ബോർഡ് മാറ്റുകയും അത് ഗാരേജിലേക്ക് വലിച്ചെറിയുകയും ചെയ്യും.' ഞാൻ ഭാവനയിൽ അത് നിലത്തുനിന്ന് പറിച്ചെടുക്കുകയും തോളിലെടുത്തുകൊണ്ട് ഗാരേജിൽപ്പോയി താഴേക്ക് വലിച്ചെറിയുകയും ചെയ്തു. എന്നിട്ട് തമാശപോലെ ഇങ്ങനെ പറഞ്ഞു: 'ഇനി എനിക്ക് നിന്റെ ആവശ്യമില്ല!' അതിന്റെ ആന്തരികസംതൃപ്തി ഞാനറിഞ്ഞു. ആ കാര്യം തീർന്നെന്നും മനസ്സിലാക്കി. പിറ്റേദിവസം ഒരാൾ 2000 ഡോളർ ഡിപ്പോസിറ്റായി കൈയിൽ തന്നുകൊണ്ടുപറഞ്ഞു: 'നിങ്ങളുടെ ആ ബോർഡ് മാറ്റിക്കോ. നമുക്കിപ്പോൾത്തന്നെ ആധാരം ചെയ്യാം.'

ഉടൻ തന്നെ ഞാനതുമാറ്റി ഗാരേജിലെറിഞ്ഞു. ആന്തരികമായ പ്രവൃത്തിക്കനുസരിച്ച് ബാഹ്യമായ പ്രവൃത്തി വരുന്നു. ഇതിൽ യാതൊരു പുതുമയും ഇല്ല. 'ഉള്ളിലുള്ള പോലെ പുറത്തും.' ഉപബോധമനസ്സിൽ മുദ്രിതമായ രൂപത്തിനനുസരിച്ച് ജീവിതത്തിന്റെ വസ്തുനിഷ്ഠമായ സ്ക്രീനിലും പ്രതിഫലനമുണ്ടാകും.

ഈ പ്രക്രിയ അല്ലെങ്കിൽ വിദ്യ നമ്മുടെ ബൈബിളിനേക്കാൾ പഴയതാണ്. പുറം അകത്തെ പ്രതിഫലിപ്പിക്കുന്നു. ആന്തരികപ്രവർത്തനത്തിനു പുറകേ ബാഹ്യപ്രവർത്തനം വരുന്നു.

ഞാൻ വളരെ വലിയ ഒരു സംഘടനയുമായി ചേർന്ന് പ്രവർത്തിച്ചിരുന്നു. അവർക്കുവേണ്ടി ചില ആത്മീയ പ്രവർത്തനങ്ങൾ ചെയ്യാനായിരുന്നു ഞാൻ സഹകരിച്ചത്. മറ്റുള്ളവർ കുത്സിതമാർഗ്ഗത്തിലൂടെ ആ സ്ഥാപനത്തിന്റെ ഖനനത്തിനും മറ്റ് ബിസിനസ് താൽപ്പര്യങ്ങൾക്കും മുകളിൽ അവകാശം ഉന്നയിച്ചു. നിയമപരമായ ഊരാക്കുരുക്കുകൾ കൊണ്ട് അവർ കമ്പനിയെ വട്ടം കറക്കി - ഒന്നും ചെയ്യാതെ എന്തെങ്കിലും നേടാനുള്ള ശ്രമം. ഞാൻ വക്കീലിനോട് ഒരു കാര്യം വളരെ വ്യക്തവും നാടകീയവുമായി ഭാവന ചെയ്യാൻ പറഞ്ഞു. അത് നിരവധി തവണ ചെയ്യണമെന്നും പറഞ്ഞു. വക്കീൽ ചെയ്യേണ്ടതിതാണ്. അയാൾ ദിവസേന കമ്പനിയുടെ പ്രസിഡന്റിനെ പൂർണ്ണവും സൗഹൃദപരമായ ഒത്തുതീർപ്പിൽ എത്തിയതിന് പ്രശംസിച്ചുകൊണ്ടിരിക്കണം. നിരന്തരമായ മാനസികപ്രവർത്തനത്തിലൂടെ ആ മാനസചിത്രത്തെ പരിപോഷിപ്പിക്കുന്നതിലൂടെ അയാളുടെ ആത്മനിഷ്ഠവിവേകം ചില നവീനമായ ആശയങ്ങളിൽ എത്തിച്ചേരുന്നു. അയാൾ പറയുന്നു 'അപ്രതീക്ഷിതമായത് സംഭവിക്കട്ടെ!' അതിനെത്തുടർന്ന്, താമസിയാതെ തന്നെ, ആ കേസ് അവസാനിക്കുകയും ചെയ്തു.

ഒരാൾ ബാങ്കിൽ ഒരു വസ്തു പണയംവച്ചെങ്കിൽ, അതെടുപ്പിക്കാനുള്ള പണം അയാളുടെ കയ്യിലില്ലെങ്കിൽ, വിശ്വാസപൂർവ്വം ഈ തത്വം അയാൾ പ്രയോഗിക്കുകയാണെങ്കിൽ ഉപബോധമനസ്സ് അയാൾക്ക് പണം നൽകും. എങ്ങനെ, എപ്പോൾ, എവിടെനിന്ന്, ഏതു സ്രോതസ്സുവഴി എന്നൊന്നും കാര്യമാക്കേണ്ട. വഴികളറിയാതിരിക്കാനുള്ള മാർഗ്ഗമാണ്

വ്യക്തിഗതമനസ്സിന്റേത്. കണ്ടെത്താനുള്ള അതിന്റെ മാർഗ്ഗങ്ങൾ കടന്നുപോയി. ദൈവം മനുഷ്യനു നൽകിയ ഉപകരണങ്ങളിൽ ഒന്നാണത്. അതുകൊണ്ട് തന്റെ ക്ഷേമത്തിനുവേണ്ട എല്ലാ അവശ്യവസ്തുവും സ്വയം നേടാനാകുന്നു. പണയമെടുപ്പിക്കാനുള്ള പണമില്ലാത്ത വ്യക്തി, താൻ ഒരു ചെക്ക് അല്ലെങ്കിൽ നോട്ടുകൾ ബാങ്കിൽ ഡിപ്പോസിറ്റ് ചെയ്യുന്നതായി, അതായത് കാഷ്യർക്ക് കൈമാറുന്നതായി സങ്കൽപ്പിക്കുക. പ്രധാനകാര്യം, മാനസികചിത്രത്തിൽ, അല്ലെങ്കിൽ ഭാവന ചെയ്യുന്ന കലയിൽ തീവ്രമായി താൽപ്പര്യം ഉണ്ടാവുകയെന്നതാണ്; അതിനെ യഥാർത്ഥവും സ്വാഭാവികവുമാക്കുക. ഈ ഭാവനാനാടകത്തിൽ ഒരാളുടെ മനസ്സ് എത്ര സ്ഥൈര്യത്തോടെയാണോ ഇടപെടുന്നത്, അത്രയും സ്വാധീനത്തോടെ ആ ഭാവനാത്മക പ്രവർത്തി ഉപബോധമനസ്സ് എന്ന ബാങ്കിൽ നിക്ഷേപിക്കപ്പെടും. നിങ്ങളുടെ ഭാവനയിൽ നിങ്ങൾ ബാങ്കുദ്യോഗസ്ഥന്റെയരികിലെത്താം. അത് യഥാർത്ഥവും സത്യവുമായി ഭാവന ചെയ്താൽ ഭൗതികമായും സംഭവിക്കും.

ഞങ്ങളുടെ, ഞായറാഴ്ചകളിലെ പ്രഭാതപ്രഭാഷണങ്ങളിൽ സ്ഥിരമായി പങ്കെടുക്കാൻ വരുന്ന ഒരു യുവതിയുണ്ടായിരുന്നു. മൂന്നു ബസ്സുകൾ കയറിയാണവർ എത്തുന്നത്. അവർ ഓരോ ഞായറാഴ്ചയും പ്രഭാഷണം കേൾക്കാൻ വരുന്നത് ഒന്നരമണിക്കൂറെടുത്താണ്. ഒരു യുവാവ് കാറിനു വേണ്ടി പ്രാർത്ഥിക്കുകയും ഒരെണ്ണം നേടുകയും ചെയ്ത കഥ പ്രഭാഷണത്തിനിടയിൽ ഞാൻ പറഞ്ഞു. ആ സ്ത്രീ വീട്ടിൽ പോവുകയും താഴെപ്പറയുന്നത് പരീക്ഷിക്കുകയും ചെയ്തു: ഇതാ അവരെഴുതിയ കത്തിന്റെ ഒരു ഭാഗം. അവരുടെ അനുമതിയോടെ ഇവിടെ പ്രസിദ്ധീകരിക്കുന്നു:

പ്രിയപ്പെട്ട ഡോ. മർഫിക്ക്,
ഇങ്ങനെയാണ് ഞാൻ ഒരു കാഡിലാക്ക് സ്വന്തമാക്കിയത്. ഞായറാഴ്ച്ചകളിലെയും ചൊവ്വാഴ്ച്ചകളിലെയും

പ്രഭാഷണങ്ങളിൽ പങ്കെടുക്കാൻ എനിക്കൊന്നുവേണ മായിരുന്നു. ഞാൻ ശരിക്കും ഒരു കാർ ഓടിക്കുന്നതായി ഭാവന ചെയ്തുകൊണ്ടിരുന്നു. ഞാൻ ഒരു ഷോ റൂമിൽ പോയി. സെയിൽസ് മാൻ എന്നോടൊരു കാറ് ഓടിക്കു വാൻ പറഞ്ഞു. നിരവധി ബ്ലോക്കുകളിലൂടെ ഞാൻ ഓടിച്ചു. ഈ ഭാവനയ്ക്കിടയ്ക്ക് കാഡിലാക്ക് കാർ എന്റെ സ്വന്തമാണെന്ന് ഞാൻ ആവർത്തിച്ച് അവകാശ പ്പെട്ടുകൊണ്ടിരുന്നു. ഭാവനയിൽ കാറിൽ കയറുകയും ആ മാനസികചിത്രം കാറിന്റെ മൊത്തം സ്വരൂപമടക്കം, ഞാൻ എപ്പോഴും മനസ്സിൽ രണ്ടാഴ്ചകളാവർത്തി വക്കുകയും ചെയ്തു. കഴിഞ്ഞ സമ്മേളനത്തിൽ ഞാൻ എന്റെ കാഡിലാക്ക് ഓടിച്ചാണ് വന്നത്. ഇങ്കിൾവുഡ്ഡി ലുള്ള എന്റെ അമ്മാവൻ മരിച്ചിരുന്നു. അദ്ദേഹം തന്റെ കാഡിലാക്കും മുഴുവൻ എസ്റ്റേറ്റും എന്റെ പേർക്ക് എഴുതിവയ്ക്കുകയായിരുന്നു.

പണയമെടുപ്പിക്കാൻ എന്റെ കയ്യിൽ ഒറ്റപ്പണം പോലുമില്ല എന്ന് നിങ്ങൾ പറയുകയാണെങ്കിൽ, അതിനെപ്പറ്റിയാലോ ചിച്ച് സങ്കടപ്പെടേണ്ട. സങ്കടപ്പെടുകയെന്നാൽ ശ്വാസം മുട്ടുക യെന്നാണ്. നിങ്ങൾക്കുള്ളിൽ പകർന്നു കിട്ടിയ ഒരു ശക്തി യുണ്ടെന്ന് മനസ്സിലാക്കുക. നിങ്ങൾ ആവശ്യപ്പെടുന്നതെന്തും തരാനതിനുകഴിയുമെന്നും മനസ്സിലാക്കുക. ഉറപ്പോടെ നിങ്ങൾക്കിപ്പോൾ ഇങ്ങനെ കൽപ്പിക്കാം: 'എന്റെ വീട് എല്ലാ കടങ്ങളിൽനിന്നും മുക്തമായി. ഒരു ഹിമപാതം പോലെ സമ്പത്ത് എന്റെ നേരെ ഗംഭീരമായി പ്രവഹിക്കുകയാണ്.' നിങ്ങളുടെ പ്രാർത്ഥനയുടെ ഫലം വരുന്ന രീതിയെ ചോദ്യം ചെയ്യരുത്. നിങ്ങൾ ആവശ്യമായ കാര്യങ്ങൾ ചെയ്യുക, ഉപ ബോധബുദ്ധി നിങ്ങളുടെ എല്ലാ ചുവടുകളെയും മാർഗ്ഗനിർ ദ്ദേശം നൽകുന്നുണ്ട് എന്നറിഞ്ഞുകൊണ്ട്. നിങ്ങളുടെ ആഗ്രഹസഫലീകരണത്തിന് ആവശ്യമായ എല്ലാറ്റിനെപ്പറ്റിയും

അതിനറിയാം. നിങ്ങൾ പണമടച്ചുകഴിഞ്ഞെന്നു കാണിക്കുന്ന ഒരു കത്ത് മോർട്ട്ഗേജ് കമ്പനി നിങ്ങൾക്കയയ്ക്കുന്നതായും നിങ്ങൾക്ക് സങ്കൽപ്പിക്കാം. ആ ഭാവനാചിത്രത്തിൽ ആനന്ദിക്കുക. മനസ്സിൽ ഉറയ്ക്കുന്നതുവരെ ഭാവനയിലെ ആ കത്തിൽ ചിന്ത കേന്ദ്രീകരിച്ച് ജീവിക്കുക.

ഇപ്പോൾ നിങ്ങളിലെ കരുത്തിനെപ്പറ്റി, നിങ്ങൾ ഭാവനയിൽ ചിന്തിക്കുന്ന സർവ്വതിനെയും യാഥാർത്ഥ്യമാക്കാൻ പോന്ന ആ ശക്തിയെപ്പറ്റി, നിങ്ങൾക്ക് ബോദ്ധ്യപ്പെടുന്നു. വെറുതേ അലസമായിരുന്ന്, നിങ്ങൾക്ക് വേണ്ടതെന്നുകരുതുന്നവയെപ്പറ്റി ദിവാസ്വപ്നം കണ്ടാലൊന്നും അവ നിങ്ങളിലേക്ക് ആകർഷിക്കപ്പെടില്ല. നിങ്ങൾ ഒരു കാര്യം നിശ്ചയമായും അറിയണം. സത്യത്തിൽ നിങ്ങൾ മനസ്സിന്റെ നിയമമാണ് പ്രവർത്തിപ്പിക്കുന്നത്.

നിങ്ങളുടെ മനസ്സിനെ സൃഷ്ടിപരമായി ഉപയോഗിക്കാനും നിങ്ങൾ ആഗ്രഹിക്കുന്നവയെ യഥാർത്ഥമാക്കാനുമായി ദൈവദത്തമായ ശക്തിയെയാണ് നിങ്ങൾ ഉപയോഗിക്കുന്നതെന്ന് സ്വയം ബോദ്ധ്യപ്പെടുക.

നിങ്ങൾക്കെന്താണ് വേണ്ടതെന്ന് ആദ്യം അറിയുക. നിങ്ങളെന്താണ് കൈക്കലാക്കാൻ ആഗ്രഹിക്കുന്നതെന്നതിനെപ്പറ്റി വ്യക്തവും കൃത്യതയുള്ളതുമായ ഒരു സങ്കൽപ്പം നിങ്ങളിലുണ്ടെങ്കിൽ, ആ ആശയത്തെ ഉപബോധമനസ്സ് നടപ്പിലാക്കും. നിങ്ങളുടെ അഭിലാഷപൂർത്തീകരണത്തെ സുവ്യക്തമായി ഭാവനചെയ്യുക; അപ്പോൾ നിങ്ങളുടെ ഉപബോധമനസ്സിന് എന്താണ് പ്രവർത്തിക്കേണ്ടതെന്നതിനെപ്പറ്റി വ്യക്തമായ ഒരു ദിശ നൽകുകയാണ് നിങ്ങൾ ചെയ്യുന്നത്. ചിത്രം പതിയുന്ന ഫിലിം ആണ് ഉപബോധമനസ്സ്. ഉപബോധം ആ ചിത്രത്തെ 'ഡെവലപ്' ചെയ്യുന്നു; എന്നിട്ട് ഒരു ഭൗതികരൂപത്തിൽ നിങ്ങൾക്ക് തിരിച്ചയയ്ക്കുന്നു.

നിങ്ങളാണ് ക്യാമറ. നിങ്ങൾ ബോധപൂർവ്വം ഭാവന ചെയ്യുകയും, ശ്രദ്ധകേന്ദ്രീകരണത്തിലൂടെ നിങ്ങളുടെ ആഗ്രഹത്തെ സാക്ഷാത്കരിക്കുകയും ചെയ്യുന്നു. സമാശ്വാസത്തോടെയും സന്തോഷത്തോടെയും ഉള്ള മാനസികാവസ്ഥയോടെ നിങ്ങളിതു ചെയ്യുമ്പോൾ ഉപബോധമനസ്സിലെ ക്ഷിപ്രപ്രതികരണസ്വഭാവമുള്ള ഫിലിമിൽ ഈ ചിത്രം പതിയുകയാണ്. നിങ്ങൾക്ക് സമയവും കിട്ടണം; ചിലപ്പോൾ അത് രണ്ടോ മൂന്നോ മിനിട്ടായിരിക്കും. ചിലപ്പോൾ ഏറെ സമയം വേണ്ടിവരും. നിങ്ങളുടെ മാനസികാവസ്ഥ, ധാരണ, ചിന്താഗതി എന്നിവയെ ആശ്രയിച്ചിരുക്കുമത്. നിങ്ങൾ ഓർക്കേണ്ട ഒരു സുപ്രധാന കാര്യമുണ്ട്. അധികം സമയം എടുത്തുവെന്നത് നിങ്ങളുടെ ബോധത്തിന്റെ, വിശ്വാസത്തിന്റെ, ചിന്തയുടെ ഗുണനിലവാരത്തെ സൂചിപ്പിക്കുന്നില്ല. എന്നാൽ പൊതുവായി ഒരു കാര്യം പറയാം. നിങ്ങളുടെ ശ്രദ്ധ എത്ര നേരം കേന്ദ്രീകരിക്കുന്നുവോ, നിങ്ങളുടെ പ്രാർത്ഥനയുടെ ഉത്തരം അത്രയും പൂർണത കൈവരിക്കും. നിങ്ങൾ സ്വീകരിച്ചെന്നും, നിങ്ങൾ സ്വീകരിക്കുമെന്നും വിശ്വസിക്കുക'. 'നിങ്ങൾ പ്രാർത്ഥനയിലൂടെ എന്താവശ്യപ്പെടുന്നുവോ, എന്ത് വിശ്വസിക്കുന്നുവോ, അത് നിങ്ങൾ നേടും.' വിശ്വസിക്കുക എന്നാൽ ഒന്നിനെ നിങ്ങൾ സത്യമായി സ്വീകരിക്കുക എന്നാണ്. അതല്ലെങ്കിൽ അതായി ജീവിക്കുക എന്നാണ്. ഈ മാനസികാവസ്ഥയെ നിങ്ങൾ നിലനിർത്തുയകയാണെങ്കിൽ, നിങ്ങൾക്ക് ഉത്തരം കിട്ടിയ പ്രാർത്ഥനയുടെ ആനന്ദം അനുഭവിക്കാനാകുന്നു!

അദ്ധ്യായം മൂന്ന്

വിജയത്തെ എങ്ങനെ ഭാവന ചെയ്യാം

താനേറ്റെടുക്കുന്ന കാര്യങ്ങളിൽ ദൈവം എപ്പോഴും വിജയിയായിരിക്കും. മനുഷ്യനിൽ വിജയം നിഹിതമായിരിക്കുന്നത്, ദൈവം അവനിൽ ഉള്ളതുകൊണ്ടാണ്. ദൈവത്തിന്റെ എല്ലാ സ്വഭാവങ്ങളും ഗുണവിശേഷങ്ങളും ശക്തിപ്രഭാവങ്ങളും ഉള്ളിലുണ്ട്.

തീർച്ചയായും നിങ്ങൾ ജനിച്ചത് ജനിക്കാനും കീഴടക്കാനും അതിജീവിക്കാനുമാണ്!

ദൈവത്തിന്റെ ശക്തി, ബുദ്ധി, വിവേകം എന്നിവയെല്ലാം പുറത്തുവരാനായി നിങ്ങളിൽത്തന്നെ കാത്തിരിക്കയാണ്. എല്ലാ വിഷമതകളിൽനിന്നും നിങ്ങളെ മോചിപ്പിക്കാനായി കാത്തിരിക്കയാണ്.

വിജയം എന്ന അമൂർത്തപദത്തെ, ശാന്തമായി, ദിവസം മുഴുവനും, വിജയം തങ്ങളുടേതാണെന്ന് ഉറപ്പിക്കുന്നതുവരെ ആവർത്തിച്ചുകൊണ്ടിരിക്കുന്ന ധാരാളം പേരുണ്ട്. ഒരു കാര്യം ഓർക്കുക.

വിജയം എന്ന ആശയം വിജയത്തിനുള്ള എല്ലാ അവശ്യഘടകങ്ങളെയും ഉള്ളിൽ വഹിക്കുന്നുണ്ട്. വിശ്വാസത്തോടെയും ബോദ്ധ്യത്തോടെയും ഒരാൾ വിജയം എന്ന പദം ആവർത്തിക്കുകയാണെങ്കിൽ, അയാളുടെ ഉപബോധമനസ്സ് അതിനെ സത്യമായി സ്വീകരിക്കുന്നു. ഇപ്പോൾ അയാൾ വിജയത്തിലേക്കുള്ള ആത്മനിഷ്ഠമായ പ്രേരണയിലാണ്.

നമ്മുടെ ആത്മനിഷ്ഠമായ വിശ്വാസങ്ങളെയും പ്രതികരണങ്ങളെയും മാത്രമല്ല, ബോദ്ധ്യങ്ങളെയും പ്രകടിപ്പിക്കാൻ

നാം പ്രേരിപ്പിക്കപ്പെടുന്നു. നിങ്ങൾ എന്തു നേടാൻ ആഗ്രഹിക്കുന്നു എന്ന് അറിയുകയാണ് വിജയം നേടാനുള്ള ശരിയായ മാർഗ്ഗം. നിങ്ങളുടെ ശരിയായ സ്ഥലം ഏതെന്നോ, നിങ്ങൾ എന്തുചെയ്യാൻ ആഗ്രഹിക്കുന്നെന്നോ നിങ്ങൾക്ക് അറിയുകയില്ലെങ്കിൽ, നിങ്ങൾക്ക് ആ ചോദ്യത്തിന്റെ ഉത്തരത്തിലുള്ള മാർഗ്ഗനിർദ്ദേശം ആരായാം. അഗാധമനസ്സ് പ്രതികരിക്കും; അതിന്റെ ഫലമായി ഏതെങ്കിലുമൊരു പ്രവർത്തനമണ്ഡലത്തിലേക്ക് നിങ്ങൾ പ്രചോദിക്കപ്പെടുകയോ, അതിനനുകൂലമായ പ്രവണത നിങ്ങളിൽ ഉണ്ടാവുകയോ ചെയ്യും.

നിങ്ങളുടെ ചിന്തയോട് പ്രതികരിക്കുന്നതാണ് അഗാധമനസ്സ്. ഉപബോധമനസ്സ് -ചിലപ്പോൾ 'ആത്മനിഷ്ഠമനസ്സ് അല്ലെങ്കിൽ അഗാധമനസ്സ്' എന്ന് പറയപ്പെടുന്നത്- പ്രവർത്തന സജ്ജമാകും. അബോധബുദ്ധി പ്രവർത്തനസജ്ജമാകും. അത് വിജയത്തിന് അവശ്യമായ സാഹചര്യങ്ങളിലേക്ക് വ്യക്തിയെ ആകർഷിക്കും. താൻ ചെയ്യാൻ ഇഷ്ടപ്പെടുന്നത് ചെയ്യുകയെന്നതിനെ സവിശേഷമായ ഒരു കാര്യമായി മനുഷ്യൻ തീർച്ചയയായും കരുതണം. നിങ്ങളുടെ പ്രവൃത്തിയിൽ നിങ്ങൾ സന്തുഷ്ടനാകുമ്പോൾ, നിങ്ങൾ ഒരു വിജയമാകുന്നു.

നിങ്ങളിൽ ആന്തരികമായ ഒരു സർഗ്ഗശക്തി ഉണ്ടെന്ന വസ്തുത നിങ്ങൾ സമ്മതിക്കുക. ഇതൊരു പോസിറ്റീവ് ബോദ്ധ്യമായി മാറട്ടെ. ഈ അനന്തശക്തി നിങ്ങളുടെ ചിന്തയോട് പ്രതികരിക്കുന്നതും, പ്രതിക്രിയാത്മകവുമാണ്. ഈ തത്വം അറിയുകയും പ്രയോഗിക്കുകയുമാണെങ്കിൽ സംശയവും ഭയവും മാനസികക്ലേശവും ഉണ്ടാക്കുന്നവയെല്ലാം മെല്ലെമെല്ലെ അപ്രത്യക്ഷമാകും.

ഒരു മനുഷ്യൻ ഒരു ചിന്തയിൽ, ഉദാഹരണത്തിന് പരാജയചിന്തയിൽ മുഴുകുകയാണെങ്കിൽ ഒന്ന് സംഭവിക്കും. പരാജയചിന്ത പരാജയത്തെ ആകർഷിച്ചുകൊണ്ടുവരുന്നു.

ഉപബോധമനസ്സ് പരാജയചിന്തയെ ഒരപേക്ഷയായി സ്വീകരിക്കുകയും ആ അനുഭവത്തെ യാഥാർത്ഥ്യമാക്കാനായി മുന്നോട്ടുപോവുകയും ചെയ്യും. പരാജയത്തെ ഉൾക്കൊള്ളാനുള്ള ഒരു മാനസിക പരിശീലനത്തിൽ മുഴുകുന്നതുകൊണ്ടുമാത്രമാണിത്. ഉപബോധമനസ്സ് വ്യക്തിപരതയില്ലാത്തതാണ്. വിവേചിച്ച് തെരഞ്ഞെടുക്കുന്ന സ്വഭാവവും അതിനില്ല.

എന്റെ ഒരു സുഹൃത്തിന്, അയാൾ ഒരു തയ്യൽക്കാരനാണ്, പ്രിയപ്പെട്ട ഒരു വാക്യമുണ്ട്: 'ഞാൻ കൂട്ടുക മാത്രമേ ചെയ്യാറുള്ളു. ഒരിക്കലും കുറയ്ക്കാറില്ല.' വിജയം പോസിറ്റീവ് ആയ ഒരു സൂചനയാണെന്നാണദ്ദേഹം അർത്ഥമാക്കുന്നത്. നിങ്ങളുടെ വളർച്ചയിലേക്കും, സമ്പത്തിലേക്കും ശക്തിയിലേക്കും ജ്ഞാനത്തിലേക്കും വിശ്വാസത്തിലേക്കും വിവേകത്തിലേക്കും കൂട്ടുക മാത്രം ചെയ്യുക.

ജീവിതം കൂട്ടൽ അല്ലെങ്കിൽ സങ്കലനം ആണ്! മരണം കുറയ്ക്കൽ അല്ലെങ്കിൽ വ്യവകലനവും. സത്യമായതും സൗന്ദര്യമായതും മഹത്തായതും ദൈവസമാനവുമായ കാര്യങ്ങളെ ഭാവനചെയ്യുകയും നിങ്ങളുടെ ജീവിതത്തിലേക്ക് കൂട്ടിച്ചേർക്കുകയും ചെയ്യുന്നു. നിങ്ങൾ വിജയിയാണെന്ന് ചിന്തിക്കുകയും ഭാവന ചെയ്യുകയും ചെയ്യുക. തീർച്ചയായും നിങ്ങൾ വിജയിയായിത്തീരുന്നു. നിങ്ങൾ ഒരിക്കലും സാഹചര്യങ്ങളുടെ അടിമയല്ല, പരിസ്ഥിതിയുടെയോ അവസ്ഥകളുടെയോ അടിമയല്ല. നിങ്ങൾ അവസ്ഥകളുടെ യജമാനനാണ്. ഇന്നത്തെ സ്ഥിതിയെ തിരിച്ചൊന്നും ചോദിക്കാതെ നിങ്ങൾ സമ്മതിക്കുകയാണെങ്കിൽ, നിങ്ങൾ അവസ്ഥകളുടെ അടിമയാകും. നിങ്ങളുടെ മാനസിക സമീപനം മാറ്റുന്നതനുസരിച്ച് നിങ്ങൾ അവസ്ഥകളെയും മാറ്റുന്നു.

ഒരിക്കൽ ഒരു സിനിമാ നടൻ ഒരുകാര്യം എന്നോട് പറഞ്ഞു. തനിക്ക് വിദ്യാഭ്യാസം കുറവായിരുന്നെന്നും എന്നാൽ ഒരു കൊച്ചുകുട്ടിയായിരിക്കുമ്പോൾ തന്നെ തനിക്ക്

വിജയിയായ ഒരു സിനിമാനടനാകണമെന്ന സ്വപ്നമുണ്ടായിരുന്നെന്നുമാണയാൾ പറഞ്ഞത്. പശുക്കൾക്ക് പുല്ലു നൽകാൻ വയലിൽ കൊണ്ടുപോകുമ്പോഴും അവയെ വീട്ടിലേക്ക് കൊണ്ടുവരുമ്പോഴും കറക്കുമ്പോഴുമെല്ലാം താനത് ചിന്തിച്ചിരുന്നതായി അയാൾ പറഞ്ഞു, 'ഒരു വലിയ തിയേറ്ററിൽ ദീപങ്ങൾ തെളിയുമ്പോൾ എന്റെ പേരെഴുതിക്കാണിക്കുന്നതായി ഞാനെന്നും ഭാവന ചെയ്യുമായിരുന്നു. വർഷങ്ങളായി ഞാനിത് ഭാവനയിൽ കണ്ടു. വീട്ടിൽ നിന്നോടിപ്പോയി. സിനിമാരംഗത്ത് അല്ലറ ചില്ലറ ജോലികളിൽ ഏർപ്പെട്ടു. അങ്ങനെ ആ ദിവസം വന്നു. വൻദീപവെട്ടത്തിൽ എന്റെ പേർ തെളിഞ്ഞു, ഞാൻ ചെറുപ്രായത്തിൽ കണ്ടതുപോലെ തന്നെ! അയാൾ ഇതും കൂട്ടിച്ചേർത്തു, 'വിജയംകൊണ്ടുവരാനുള്ള നിരന്തരഭാവനയുടെ ശക്തി എനിക്കറിയാം.'

നിങ്ങളെ സംബന്ധിച്ച് വിജയം എന്നാൽ എന്താണ്? മറ്റുള്ളവരുമായ ബന്ധത്തിൽ നിങ്ങൾ വിജയിയായിരിക്കേണ്ടതുണ്ടെന്ന് നിസ്സംശയം പറയാം. നിങ്ങൾ തെരഞ്ഞെടുത്ത ജോലിയിലോ പ്രൊഫഷനിലോ മറ്റുള്ളവരെക്കാൾ മികവുറ്റവനാകണമെന്ന് നിങ്ങൾ ആഗ്രഹിക്കുന്നു. മനോഹരമായ ഒരു വീടും ആവശ്യമുള്ള ധാരാളം പണവും വേണമെന്നും സുഖമായും സന്തോഷത്തോടെയും ജീവിക്കണമെന്നും ആഗ്രഹിക്കുന്നു. ഇതിന് നിങ്ങളുടെ പ്രാർത്ഥനകളിൽ നിങ്ങൾ വിജയിക്കേണ്ടതുണ്ട്. നിങ്ങൾക്കുള്ളിലെ പ്രാപഞ്ചിക ശക്തിയുമായുള്ള ബന്ധത്തിൽ വിജയിക്കേണ്ടതുണ്ട്.

നിങ്ങൾ ചെയ്യാൻ ആഗ്രഹിക്കുന്ന കാര്യങ്ങൾ ചെയ്യുന്നതായി സ്വയം ഭാവന ചെയ്യുക. നിങ്ങൾക്ക് വേണ്ടവ നിങ്ങളുടെ ഉടമസ്ഥതയിലായെന്നും ഭാവന ചെയ്യുക. ഭാവനയുള്ള വ്യക്തിയാവുക; വിജയാവസ്ഥയുടെ യാഥാർത്ഥ്യത്തിൽ മാനസികമായി പങ്കാളിയാവുക. ആ ബോധതലത്തിലേക്ക് ഇടയ്ക്കിടയ്ക്ക് പ്രവേശിക്കുക. അതൊരു സ്വഭാവമാക്കി മാറ്റുക.

അപ്പോൾ നിങ്ങൾക്ക് ഒരു കാര്യം കണ്ടെത്താനാവും. നിങ്ങളുടെ സ്വപ്നസാക്ഷാത്കാരത്തിന് ആവശ്യമായ ഓരോന്നും ചെയ്യുന്നതിലേക്ക് നിങ്ങൾ നയിക്കപ്പെടുന്നതായി കാണാനാകും. ഓരോ രാത്രിയിലും പൂർണ്ണ തൃപ്തിയോടെ, വിജയാനുഭവമറിഞ്ഞ് ഉറങ്ങാൻ പോവുക. നിങ്ങളുടെ ഉപബോധമനസ്സിൽ വിജയം എന്ന ആശയത്തെ നടുന്നതിൽ ഒടുവിൽ നിങ്ങൾ വിജയിച്ചതായി അറിയും.

ലൈസൻസ്ഡ് ഫാർമിസിസ്റ്റായ ഒരു ഡ്രഗ് ക്ലർക്കിനെ എനിക്കറിയാം. അയാൾ പ്രതിവാരം 40 ഡോളറും അതോടൊപ്പം സെയിൽസ് കമ്മീഷനും നേടുന്നു. അയാൾ എന്നോടിങ്ങനെ പറഞ്ഞു: '25 കൊല്ലത്തിനുശേഷം ഞാൻ റിട്ടയേഡാവുകയും എനിക്ക് പെൻഷൻ കിട്ടുകയും ചെയ്യും.'

ഞാനയാളോട് പറഞ്ഞു, 'നിങ്ങൾക്കെന്തുകൊണ്ട് സ്വന്തമായി ഒരു സ്റ്റോർ തുടങ്ങിക്കൂടാ? ഈ സ്ഥലം വിട്. നിങ്ങളുടെ കണ്ണുകൾ ഉയർത്തുക! നിങ്ങളുടെ കുട്ടികൾക്കായി ഒരു സ്വപ്നം കരുതുക. നിങ്ങളുടെ മകൻ ഒരു ഡോക്റ്ററാകാനും മകൾ ഒരു സംഗീതജ്ഞയാകാനും ആഗ്രഹിക്കുന്നുണ്ടാകും.'

തന്റെ കയ്യിൽ പണമില്ലെന്നായിരുന്നു അയാളുടെ മറുപടി! താൻ എന്ത് സത്യമെന്ന് സങ്കൽപ്പിക്കുന്നുവോ അത് സത്യമായി ഭവിക്കുമെന്ന വാസ്തവത്തിലേക്ക് അയാൾ ഉണരാൻ തുടങ്ങി.

നിങ്ങളുടെ ലക്ഷ്യത്തിലേക്കുള്ള ആദ്യ ചുവട് മനസ്സിൽ ആശയം ജനിക്കുക എന്നതാണ്. രണ്ടാമത്തെ ചുവടാകട്ടെ ആ ആശയത്തിന്റെ ആവിഷ്കാരം എന്നതും. താൻ തന്റെ സ്റ്റോറിൽ നിൽക്കുന്നതായി അയാൾ ഭാവന ചെയ്യാൻ തുടങ്ങി. മാനസികമായി അയാൾ ആ പ്രവർത്തനങ്ങളിൽ പങ്കാളിയായി. അയാൾ കുപ്പികൾ ക്രമത്തിൽ നിരത്തിവച്ചു. നിരവധി ക്ലർക്കുമാർ സ്റ്റോറിൽ ഉണ്ടെന്ന് സങ്കൽപ്പിച്ച് മരുന്നുകുറിപ്പുകൾ കൈമാറി. വലിയ ഒരു ബാങ്ക് ബാലൻസ് അയാൾ

ഭാവന ചെയ്തു. മാനസികമായി അയാൾ ആ ഭാവനാ സ്റ്റോറിൽ ജോലി ചെയ്തുകൊണ്ടിരുന്നു. ഒരു നല്ല നടനെപ്പോലെ തന്റെ റോൾ ഭംഗിയാക്കി (ഞാൻ ഇപ്പോഴാണ്, നാളെ ആവുകയും ചെയ്യും എന്ന നാട്യത്തിൽ അഭിനയിച്ചു) ഈ ഡ്രഗ് സ്റ്റോർ ക്ലർക്ക് പൂർണ്ണഹൃദയത്തോടെ അതിൽ പങ്കാളിയായി... സ്റ്റോർ തന്റേതെന്ന രീതിയിൽ അയാൾ ജീവിച്ചു.

അനന്തരഫലം വളരെ രസകരമായിരുന്നു. അയാൾ ഒരു വലിയ സ്റ്റോർ ശൃംഖലയുടെ മാനേജരായി. ജില്ലാ മാനേജരായി. നാലുകൊല്ലം കൊണ്ട് ധാരാളം ധനമുണ്ടാക്കി. സ്വന്തമായി ഒരു ഡ്രഗ് സ്റ്റോർ വാങ്ങി. അതിന് 'ഡ്രീം ഫാർമസി' എന്ന പേരുമിട്ടു. അയാൾ പറഞ്ഞു: 'അത് ഞാൻ ഭാവനയിൽ കണ്ട അതേ സ്റ്റോർ പോലെയായിരുന്നു.' താൻ തെരഞ്ഞെടുത്ത മണ്ഡലത്തിൽ അയാൾ വിജയിയായി. തനിക്ക് ഇഷ്ടമുള്ളതു ചെയ്യുന്നതിൽ ഏറെ സന്തുഷ്ടനുമായിരുന്നു.

എപ്പോഴും വിശ്വാസത്തിന്റേതായ ഒരു മാനസിക സമീപനം കൈക്കൊള്ളുകയും, ഏറ്റവും നല്ലതിൽ പ്രതീക്ഷ വയ്ക്കുകയും ചെയ്യുന്ന വ്യക്തി വിജയം നേടാനും ജീവിത മുന്നേറ്റം നേടാനും യോഗ്യത കൈവരിക്കുന്നു. മാനസികമായി തളരുകയും വിരക്തനാവുകയും അനാരോഗ്യവാനാവുകയും പ്രത്യാശ നശിക്കുകയും ചെയ്ത വ്യക്തി ജീവിതം മുഴുവനും പരാജയം മാത്രം അനുഭവിക്കുന്നു. ഭയമെന്നത് സത്യത്തിൽ ദിവ്യതയുടെ ഔദാര്യത്തിലുള്ള വിശ്വാസമില്ലായ്മയാണ്. സ്ഥാനഭ്രംശം സംഭവിച്ച വിശ്വാസമാണത്. ഭീതി എന്നത് തെറ്റായ ഒന്നിലുള്ള വിശ്വാസമാണ്. ഇല്ലായ്മയിലുള്ള വിശ്വാസമാണ് ഭയം. അവനിലെ നന്മ അവനുകിട്ടാതെ പിടിച്ചുവയ്ക്കപ്പെടുന്നതിൽ നിന്നുണ്ടാകുന്നതാണത്.

'മകനേ, നീ എപ്പോഴും എന്റെ കൂടെയാണ്. എനിക്കുള്ളതെല്ലാം നിനക്കുള്ളതാണ്.' നിങ്ങൾക്കാവശ്യമുള്ളതെല്ലാം

അദൃശ്യമാണ്. ആവശ്യമുള്ളതെല്ലാം അമൂർത്താവസ്ഥ യിലാണെന്ന് പറയാം. നിങ്ങൾ ഇപ്പോൾ ആരാണോ അതിലും മഹദ്വ്യക്തിയാകാൻ നിങ്ങൾ തീർച്ചയായും ആഗ്ര ഹിക്കണം. നിങ്ങൾ എന്താകാൻ ആഗ്രഹിക്കുന്നോ അത് ആവിഷ്കരിക്കാൻ നിങ്ങൾക്ക് കഴിവുതരുന്ന ആ ശക്തിയുടെ അംഗീകാരം കൊണ്ടാണത് നിങ്ങൾ നേടുന്നത്. നിങ്ങളാഗ്രഹി ക്കുന്നതെല്ലാം വസ്തുനിഷ്ഠമായി യഥാർത്ഥമാക്കുന്നതിന്റെ മാധ്യമം ഉപബോധമനസ്സാണ്. പതിവായുള്ള ചിന്ത, ആലോ ചനകൾ, അഭിപ്രായങ്ങൾ, വിശ്വാസങ്ങൾ എന്നിവയിലൂടെ ആജ്ഞകൾ നൽകുന്നത് നിങ്ങളാണ്. ബോധമനസ്സ് നൽ കുന്ന ആജ്ഞകളെ ഉപബോധമനസ്സ് അനുസരിക്കുന്നു. എല്ലാ നെഗറ്റീവ് ചിന്തകളെയും ബോധമനസ്സ് നിഷേധിക്കു മ്പോൾ അവയ്ക്ക് നിങ്ങളുടെ ഉപബോധമനസ്സിൽ യാതൊരു മുദ്രകളും പതിപ്പിക്കാൻ കഴിയുകയില്ല. നിങ്ങൾ പ്രതിരോധ ശക്തി ഉള്ളയാളായി മാറുന്നു.

ഉദാഹരണത്തിന്, നിങ്ങളിങ്ങനെ പറയുകയാണെന്ന് കരുതുക, 'ഞാൻ ആരോഗ്യമുള്ളയാളാകണമെന്ന് ഞാൻ ആഗ്രഹിക്കുന്നു. അപ്പോൾ എന്റെ ജോലികളിൽ ഞാൻ കൂടു തൽ വിജയിക്കും.' നിങ്ങളുടെ മനസ്സിന്റെ ആവിഷ്കാരമാണ് നിങ്ങളുടെ ശരീരമെന്ന് മനസ്സിലാക്കുക. ഉപബോധമനസ്സാണ് ശരീരത്തിന്റെ നിർമ്മാതാവ്. എല്ലാ സുപ്രധാന പ്രവർത്തനങ്ങ ളെയും അത് നിയന്ത്രിക്കുന്നു. ഉപബോധമനസ്സിലെ ഏത് ചിന്താസമൂഹത്തെയും, അല്ലെങ്കിൽ ആശയത്തെയും മാറ്റാ നുള്ള കഴിവ് നിങ്ങളുടെ ബോധമനസ്സിനുണ്ട്. ചെയ്യാൻ കഴി യുമെന്നറിയുന്ന സമയത്ത്, നിങ്ങൾക്ക് ആരോഗ്യം എന്ന ആശയത്തെ നിങ്ങളുടെ ഉപബോധമനസ്സിൽ പതിപ്പിക്കാൻ കഴിയും. ബോദ്ധ്യവും ആത്മാർത്ഥമായ വിശ്വാസവും അത്യ ന്താപേക്ഷിതമാണ്. ഖണ്ഡിതമായ പ്രസ്താവനകൾ ഉപ ബോധമനസ്സിൽ കൃത്യമായ മുദ്രകൾ പതിപ്പിക്കുന്നു.

അച്ചടക്കപൂർണ്ണവും അല്ലെങ്കിൽ ശാസ്ത്രീയവും ആയ ഭാവനയാണ് ഉപബോധമനസ്സിൽ മുദ്ര പതിപ്പിക്കാനുള്ള വിസ്മയകരമായ ഒരു മാർഗ്ഗം. ഇത് വിശദീകരിക്കാം. നിങ്ങളുടെ കാലിൽ നീരുള്ളതും നടക്കുമ്പോൾ ഞൊണ്ടുന്നതുമായ സാഹചര്യത്തിൽ നിങ്ങൾ പൂർണ്ണാരോഗ്യവാനെപ്പോലെ കാര്യങ്ങൾ ചെയ്യുന്നതായി ഭാവന ചെയ്യുക. ബസ്സിൽ പോകുമെന്നും കൂട്ടുകാരെ സന്ദർശിക്കുമെന്നും കുതിര സവാരി ചെയ്യുമെന്നും നീന്താനും പർവ്വതാരോഹണത്തിനും പോകുമെന്നുമൊക്കെ നിങ്ങൾ പറയുമെന്നതായി കരുതുക. ആദ്യമായി നിങ്ങൾ ചെയ്യുന്നത് ഭാവനയിലൂടെ ഒരു മനശ്ശാസ്ത്രപരമായ യാത്രയാണ്, അവയെ പരമാവധി യഥാതഥവും സ്വാഭാവികവുമായി മാറ്റിക്കൊണ്ട്. ഈ മനശ്ശാസ്ത്രപരമായ യാത്രകൾ തുടർന്നു കൊണ്ടേയിരിക്കുക! നിങ്ങളുടെ സ്വയം പ്രചോദനം നിങ്ങൾതന്നെ. എല്ലാ ചലനങ്ങളും മനുഷ്യമനസ്സിന്റേതാണ്, ബോധത്തിന്റേതാണ്. എല്ലാ ബാഹ്യ ചലനങ്ങൾക്കും മുമ്പ് അത് സംഭവിക്കുന്നു.

ഉദാഹരണം പറയാം, കസേര താനേ ചലിക്കില്ല. നിങ്ങൾ അതിനെ ചലിപ്പിക്കണം. ഇതുതന്നെയാണ് നിങ്ങളുടെ ശരീരത്തിന്റെ കാര്യത്തിലും സംഭവിക്കുന്നത്. നിങ്ങൾക്ക് രോഗശാന്തിയുണ്ടായാൽ നിങ്ങൾ ചെയ്യുന്നതെല്ലാം, ഇപ്പോൾ തുടർന്നു ചെയ്തുകൊണ്ടിരുന്നാൽ, ആ ആന്തരികചലനം ഉപബോധമനസ്സിനെക്കൊണ്ട് ഭാവനക്കനുസരിച്ചുള്ള ആ ശരീരത്തെ നിർമ്മിക്കും.

പൂർണ്ണാരോഗ്യത്തിനുള്ള ഒരു വിസ്മയകരമായ പ്രാർത്ഥനയാണ് ഇനി വരുന്നത്. ദക്ഷിണാഫ്രിക്കയിൽ എനിക്കറിയാവുന്ന ഒരു പുരോഹിതൻ ഈ പ്രാർത്ഥന സ്വയം പരീക്ഷിക്കുകയും രോഗമുക്തി നേടുകയും ചെയ്തിട്ടുണ്ട്. ദിവസേന ഏറെനേരം അയാൾ സാവധാനത്തിലും ശാന്തമായും, തനിക്ക് മാനസികമായും ശാരീരികമായുമുള്ള പൂർണ്ണരോഗ

ശാന്തിയുണ്ടായതായി ഉറപ്പിച്ച് മനസ്സിൽ പ്രാർത്ഥിച്ചുകൊണ്ടിരുന്നു: 'ദൈവത്തിന്റെ പൂർണ്ണത എന്നിലൂടെ ആവിഷ്കരിക്കപ്പെട്ടുകൊണ്ടിരിക്കയാണ്. ആരോഗ്യം എന്ന ആശയം എന്റെ ഉപബോധമനസ്സിൽ നിറഞ്ഞുകൊണ്ടിരിക്കയാണ്. ദൈവത്തിന് എന്നെപ്പറ്റിയുള്ള ഭാവന പൂർണ്ണതയുറ്റതാണ്.

എന്റെ ഉപബോധമനസ്സ് എന്റെ ശരീരത്തെ, ദൈവത്തിന്റെ മനസ്സിൽ ഉള്ള എന്റെ ചിത്രത്തിനനുസരിച്ച്, പുനഃസൃഷ്ടിക്കുന്നു'. പൂർണ്ണാരോഗ്യത്തെക്കുറിച്ചുള്ള ആശയം നിങ്ങളുടെ ഉപബോധമനസ്സിനോട് പറയാൻ പറ്റിയ ഏറ്റവും എളുപ്പമുള്ളതും അനായാസവുമായ മാർഗ്ഗമാണിത്.

വിജയം നേടുന്നതിൽ നിന്ന് നിങ്ങളെ ഒന്നിനും തടയാൻ കഴിയില്ലെന്ന് അറിഞ്ഞും മനസ്സിലാക്കിയും നിങ്ങൾക്ക് ആത്മവിശ്വാസം വർദ്ധിപ്പിക്കാനാകും. ഈ ആന്തരിക ശക്തിയെ വിളിച്ച് എല്ലാ തടസ്സങ്ങളെയും അതിജീവിക്കാൻ കഴിയുമെന്ന ഒരു നിശ്ചിതചിന്ത മനസ്സിൽ വളർത്തിയെടുക്കുക. നിങ്ങൾ ചെയ്യാനുദ്ദേശിക്കുന്നത് നേടാനും നിറവേറ്റാനും നിങ്ങളുടെ ഭാഗത്തുനിന്ന് ഒരു ഉറപ്പും നിശ്ചയദാർഢ്യവും ഉണ്ടായേ തീരൂ. പോസിറ്റീവായതും ഉറപ്പുള്ളതുമായ ഈ സമീപനം ആത്മവിശ്വാസം ഉണ്ടാക്കുന്നു.

ഈ ബൈബിൾ വാക്യം നിങ്ങൾ കേട്ടുകാണും: 'നിങ്ങളുടെ വിശ്വാസത്തിനനുസരിച്ച് അത് നിങ്ങൾക്കായി നിറവേറ്റപ്പെടുന്നു' ആ ഒരൊറ്റ ആത്മീയശക്തിയും, സർവ്വവ്യാപിയും, സർവ്വശക്തനും, സർവ്വജ്ഞനും, സർവ്വപ്രേമങ്ങളുടെയും സർവ്വസൗന്ദര്യത്തിന്റെയും സർവ്വജീവിതത്തിന്റെയും പൊരുളും പ്രശ്നകാലത്ത് എപ്പോഴും സഹായിക്കുന്ന സർവ്വസാന്നിധ്യവും ദൈവം മാത്രമാണെന്ന് മനസ്സിലാക്കുകയെന്നതാണ് ദൈവവിശ്വാസമെന്നതിന്റെ അർത്ഥം. അവന്റെ ശക്തി നിങ്ങളുടെ ചിന്തകളോട് പ്രതികരിക്കുമെന്നറിയുക.

നീണ്ടതാടി വളർത്തി ആകാശങ്ങളിൽ വസിക്കുന്ന ഏതോ ഉണ്മയായി ദൈവത്തെ നോക്കിക്കാണുന്ന രീതി അവസാനിപ്പിക്കുക. മനുഷ്യന്റെ സത്തയാണ് ദൈവം. മനുഷ്യന്റെ ജീവിതമാണ് ദൈവം. നമുക്ക് ദൈവത്തെ മുഴുവനും ഉൾക്കൊള്ളാൻ പറ്റില്ല. പരിമിതമനസ്സിന് അനന്തതയെ മുഴുവനായി ഉൾക്കൊള്ളാൻ കഴിയില്ല എന്നതാണിതിനു കാരണം.

ഉദാഹരണം പറയാം. നിങ്ങളുടെ ബോധമനസ്സും ഉപബോധമനസ്സും ദൈവത്തിന്റെ തന്നെ ഒരു വിക്ഷേപണമാണ്; അവ പണിയുപകരണങ്ങളാണ്. ദൈവം അനന്തമായ വിവേകമാണ്, അളവറ്റ സ്നേഹമാണ്, അന്തമില്ലാത്ത ബുദ്ധിചൈതന്യമാണ്, പരമമായ അനുഗ്രഹമാണ്, നിതാന്തമായ സ്വൈരൈക്യമാണ്, അനിർവചനീയമായ സൗന്ദര്യപ്രഭാവമാണ്.

ഈ കാണുന്നതും ആ കാണുന്നതുമായ എല്ലാം തന്നെ ദൈവത്തിന്റെതന്നെ ഗുണസവിശേഷതകളും സ്വഭാവവിശേഷങ്ങളുമാണ്. ജീവിതസ്രഷ്ടാവിനാൽ ഉപേക്ഷിക്കപ്പെട്ട്, ജീവിതസമുദ്രത്തിൽ അശരണരായി പൊന്തിക്കിടക്കുന്നവരല്ല നിങ്ങൾ. ആ സാന്നിദ്ധ്യവും ശക്തിവിശേഷവും നിങ്ങൾക്കുള്ളിലുണ്ട്. ദിവ്യതയെപ്പറ്റിയുള്ള നിങ്ങൾക്കുള്ളിലെ ഈ ജ്ഞാനം അല്ലെങ്കിൽ അവബോധം, ഏറ്റവും മഹത്തരവും, നിങ്ങളുടെ വിജയത്തിന്റെ ഏറ്റവും കരുത്തുറ്റ ദാതാവുമാണ്.

നിങ്ങളുടെ കഴിവുകളെ വികസിപ്പിക്കുക: അവയെ ഉപയോഗിക്കാൻ തുടങ്ങുക; അവ ദൈവദത്തമാണ്. നിരന്തര വികാസം ആവശ്യമായ കഴിവുകളും നൈപുണ്യങ്ങളും നിങ്ങൾക്കുണ്ട്.

'മനുഷ്യൻ ഒന്ന് കൽപ്പിക്കും, അത് കടന്നുവരികയും ചെയ്യും.' നിങ്ങൾ മാനസികമായി ഇപ്പോൾ തീരുമാനിച്ചുകൊണ്ടിരികുന്നത് എന്താണ്? നിങ്ങളുടെ ആന്തരിക ഭാഷണ

ത്തിന്റെ, ആന്തരികമായ പരസ്പരസംവാദത്തിന്റെ, പ്രകൃത മെന്താണ്? അതുപോലെ തന്നെ നിങ്ങളിലെ അലസമായ മാനസികാവസ്ഥകൾ എന്താണ്? താൻ പറയുന്ന ഓരോ പാഴ്‌വാക്കിനും മനുഷ്യൻ കണക്കുതീർക്കേണ്ടിവരും. സംശയം, ഭയം, ഉത്ക്കണ്ഠ, മാനസികക്ലേശം ഇതെല്ലാം തന്നെ പാഴ്‌വാക്കുകളാണ്. ഇപ്പോൾ അവ നിലനിൽക്കുന്നു ണ്ടെങ്കിൽ നിങ്ങൾക്ക് ഉപബോധമനസ്സിനോട് നിശ്ചിതവും, ഭാവാത്മകമായതുമായ ആജ്ഞകൾ നൽകാൻ സാധിക്കു കയില്ല. എന്തുകൊണ്ടെന്നാൽ, എന്താണ് നിങ്ങൾ ആഗ്രഹി ക്കുന്നതെന്നോ, എന്ത് കിട്ടാനാണ് ഉദ്ദേശിക്കുന്നതെന്നോ ഉള്ളതിനെപ്പറ്റി കൃത്യമായ ഒരു സങ്കൽപ്പം പതിപ്പിക്കാൻ നിങ്ങൾക്ക് സാധിക്കുന്നില്ല.

ഭയവും മാനസികക്ലേശവും ബോധമനസ്സിൽ ആശയ ക്കുഴപ്പത്തിനു കാരണമാകുന്നു. ഇത് ഉപബോധമനസ്സിലും ആശയക്കുഴപ്പം ഉണ്ടാക്കുന്നു. ഈ സംഭ്രാന്തിയല്ലാതെ മനു ഷ്യപ്രവൃത്തികളിൽ വേറൊന്നും സംഭവിക്കുന്നില്ല. ദിവ്യ ശക്തിയിൽ വിശ്വാസം തുടരുക. അപ്പോൾ നിങ്ങൾ ആഗ്ര ഹിക്കുന്നത് ഏതെങ്കിലും വിധത്തിൽ നിങ്ങളുടെ അടുത്തെ ത്തുന്നു. ദൈവത്തിൽ, ദിവ്യമായ ആ ശക്തി പ്രഭാവത്തിൽ വിശ്വാസം പുലർത്തുക. അവന്റെ ദിവ്യസ്നേഹവും സർവാ ശ്ലേഷിയായ സാന്നിദ്ധ്യവും എപ്പോഴും നിങ്ങളെ നിരീക്ഷിച്ചു കൊണ്ടിരിക്കുന്നു. നിങ്ങൾ അജയ്യനായി മാറുന്നു. ‘ദൈവ ത്തിൽ വിശ്വസിക്കുക, നല്ലപ്രവൃത്തി ചെയ്യുക; അപ്പോൾ നിങ്ങൾ ഭൂമിയിൽ വാഴുകയും നേരായ രീതിയിൽ ഊട്ട പ്പെടുകയും ചെയ്യും’.

രചയിതാവിനെപ്പറ്റി
ജോസഫ് മർഫി

അയർലൻഡിലെ കോർക്ക് നഗരത്തിനു സമീപമുള്ള ഒരു ചെറുപട്ടണത്തിൽ 1898 മെയ് 20-ന് ജനിച്ചു. അച്ഛൻ ഡെനിസ് മർഫി. അമ്മ എല്ലെൻ.

തികഞ്ഞ കത്തോലിക്കാ കുടുംബപശ്ചാത്തലത്തിൽ ജനിച്ച ജോസഫ് മർഫി ജസ്യൂട്ട് സെമിനാരിയിൽ ചേർന്നു. എന്നാൽ കത്തോലിക്കാ യാഥാസ്ഥിതികതയെ ചോദ്യം ചെയ്തതിന്റെ ഫലമായി സെമിനാരി വിട്ടു. വീടുവിട്ട് അമേരിക്കയിലെത്തിയ ജോസഫ് മർഫി ഫാർമസിസ്റ്റായി തൊഴിലാരംഭിക്കുകയും സ്വന്തമായി ഡ്രഗ് സ്റ്റോർ തുടങ്ങി വിജയിക്കുകയും ചെയ്തു. രണ്ടാം ലോകമഹായുദ്ധത്തിൽ അമേരിക്കൻ ആർമിയുടെ 88 ആം ഇൻഫൻട്രിയിലെ ഫാർമസിസ്റ്റായി പ്രവർത്തിച്ചു. ഇക്കാലയളവിൽ മതപഠനത്തിൽ ആകൃഷ്ടനാവുകയും വിവിധ മതവിശ്വാസങ്ങളെപ്പറ്റി ആഴത്തിൽ പഠിക്കുകയും ചെയ്തു. തുടർന്ന് ഫാർമസിസ്റ്റ് രംഗം ഉപേക്ഷിക്കുകയും അമേരിക്കയിലും പുറത്തുമുള്ള വിവിധ സർവ്വകലാശാലകളിൽ പഠനകോഴ്സുകളിൽ ചേരുകയും ചെയ്തു. ഇക്കാലത്ത് ഏറെ സ്ഥലങ്ങൾ ചുറ്റിസഞ്ചരിച്ചിരുന്നു.

ഇതിനിടയിൽ വിവിധ ഏഷ്യൻ മതങ്ങളിൽ കൂടുതൽ താൽപര്യമുണ്ടാവുകയും അവയുടെ ആഴത്തിലുള്ള പഠനത്തിനായി ഇന്ത്യയിലെത്തുകയും ചെയ്തു. സുപ്രധാനമതങ്ങളുടെ ഉൽപ്പത്തി മുതലുള്ള ചരിത്രത്തിൽ അവഗാഹം നേടി. ഈ പഠനം പ്രാചീന തത്വചിന്തകന്മാർ മുതൽ ആധു

നിക ചിന്തകർ വരെയുള്ളവരുടെ ചിന്താപദ്ധതികളിലേക്ക് വ്യാപിച്ചു.

ജഡ്ജിയും തത്വചിന്തകനും ഡോക്റ്ററുമൊക്കെയായിരുന്ന ഡോ. തോമസ് ട്രോവാർഡ് എന്ന പ്രതിഭാശാലി ജോസഫ് മർഫിയിൽ വലിയ സ്വാധീനം ചെലുത്തി. ജോസഫിനെ രൂപപ്പെടുത്തിയത് അദ്ദേഹമാണെന്ന് പറയാം. അദ്ദേഹത്തിൽ നിന്ന് തത്വചിന്ത, ദൈവശാസ്ത്രം, നിയമം, മിസ്റ്റിസിസം, മസോണിക്ക് സമ്പ്രദായം തുടങ്ങിയ വിവിധ മേഖലകളിൽ സവിശേഷ ജ്ഞാനം നേടി.

അമേരിക്കയിലേക്ക് തിരിച്ചുവന്ന ജോസഫ് മർഫി ലോസ് ഏഞ്ചൽസിൽ തന്റേതായൊരു ചർച്ച് സ്ഥാപിച്ചു. ന്യൂ തോട്ട് മൂവ്മെന്റ് എന്ന പ്രസ്ഥാനത്തിന്റെ പ്രമുഖവക്താവായിരുന്ന അദ്ദേഹം , ആധിഭൗതികവും ആദ്ധ്യാത്മികവും ആയ കാര്യങ്ങളെ തികഞ്ഞ പ്രായോഗികതയോടെ സമന്വയിപ്പിക്കുകയും, ചിന്തയിലും ജീവിതത്തിലും പുതുതായ ഒരു ദിശാബോധം സൃഷ്ടിക്കുന്ന പ്രവർത്തനപദ്ധതികളിൽ ഏർപ്പെടുകയും ചെയ്തു. പൂർണ്ണഫലപ്രാപ്തിയുള്ള, തികഞ്ഞ പ്രായോഗികതയിൽ ഊന്നിയുള്ള പ്രോഗ്രാമുകളിലൂടെ അനേകായിരങ്ങളെ ആകർഷിക്കാൻ അദ്ദേഹത്തിന്റെ പ്രവർത്തനങ്ങൾക്കു കഴിഞ്ഞു. വിവിധ പള്ളികളും ഗ്രൂപ്പുകളും ന്യൂ തോട്ട് മൂവ്മെന്റിന്റെ സ്വാധീനത്തിലായി. തുടർന്ന് ചർച്ച് ഓഫ് ഡിവൈൻ സയൻസ് എന്ന സംഘടനക്ക് അദ്ദേഹം തുടക്കം കുറിക്കുകയായിരുന്നു. സമാനഹൃദയരുമായി സഹകരിച്ച് നിരവധി സംയുക്ത പ്രോഗ്രാമുകൾ സംഘടിപ്പിച്ചു.

മറ്റ് ചർച്ചുകളുമായിച്ചേർന്ന് അദ്ദേഹം സ്ഥാപിച്ച ഫെഡറേഷൻ ഓഫ് ഡിവൈൻ സയൻസ് എന്ന സ്ഥാപനത്തിന്റെ കുടക്കീഴിൽ എല്ലാ ഡിവൈൻ സയൻസ് ചർച്ചുകളും പ്രവർത്തിച്ചു. അവയുമായി സഹകരിച്ച് സെന്റ് ലൂയീസിലും,

മിസ്സൗറിയിലും ഡിവൈൻ സയൻസ് സ്കൂളുകൾ സ്ഥാപിക്കാൻ ഡോ മർഫി നേതൃത്വം വഹിച്ചു. ഡിവൈൻ സയൻസ് മിനിസ്റ്റർമാരുടെ വാർഷികയോഗങ്ങളിലെ മുഖ്യ പ്രഭാഷകനായ ഡോ. മർഫി ഉപബോധമനസ്സിന്റെ പ്രാധാന്യത്തെപ്പറ്റിയുള്ള ബോധവൽക്കരണത്തിന് നേതൃത്വം വഹിച്ചു.

തന്റെ പ്രബോധനങ്ങൾക്ക് കൂടുതൽ ശ്രോതാക്കളെ കിട്ടുന്നതിനായി ഓരോ ആഴ്ചയിലും റേഡിയോ ടോക്ഷോ നടത്താൻ അദ്ദേഹം തയ്യാറായി. ലക്ഷക്കണക്കിന് ശ്രോതാക്കളെ ആ പ്രോഗ്രാമിനു ലഭിച്ചു. മൂല്യവത്തായ ചെറുപുസ്തകങ്ങളിലൂടെ ലോകമെങ്ങുമുള്ള ലക്ഷക്കണക്കിന് ജനങ്ങളിൽ തന്റെ ആശയങ്ങൾ എത്തിക്കാൻ അദ്ദേഹത്തിനു കഴിഞ്ഞു. പുസ്തകങ്ങളും ടേപ്പുകളും റേഡിയോ സംപ്രേഷണങ്ങളുമായിരുന്നു അദ്ദേഹത്തിന്റെ മുഖ്യ ആശയപ്രചരണസ്രോതസ്സുകൾ.

കേവലം മതവിഷയങ്ങൾ മാത്രമല്ല, സമഗ്രജീവിതത്തിനുതകുന്ന നിരവധി വിഷയങ്ങളെ സംബന്ധിച്ച അഗാധമായ അറിവ് പകർന്നു കൊടുത്താണ് ജോസഫ് മർഫി ലോകശ്രദ്ധ പിടിച്ചുപറ്റിയത്. ലോകമെങ്ങും ജയിലുകളിലടക്കം അദ്ദേഹം സെമിനാറുകൾ നടത്തി. ഏക ദൈവവിശ്വാസത്തിൽ അധിഷ്ഠിതമായ ജീവിതമൂല്യങ്ങൾ പ്രചരിപ്പിക്കുന്നത് തന്റെ ജീവിതദൗത്യമായി കണ്ട അദ്ദേഹം, ഉപബോധമനസ്സിന്റെ ശക്തിയെപ്പറ്റി മനസ്സിലാക്കേണ്ടതിന്റെ പ്രാധാന്യത്തെ ഊന്നിക്കൊണ്ടുള്ള സന്ദേശങ്ങളായിരുന്നു ലോകമെങ്ങും പ്രചരിപ്പിച്ചത്.

മുപ്പതിലധികം ഗ്രന്ഥങ്ങളുടെ രചയിതാവായിരുന്നു അദ്ദേഹം. ദ പവർ ഓഫ് അൺകോൺഷ്യസ് മൈൻഡ്, ദ മാജിക് പവർ ഓഫ് പെർഫെക്റ്റ് ലിവിംഗ്, ദ അമേസിംഗ് ലോസ് ഓഫ് കോസ്മിക് മൈൻഡ്, സീക്രട്ട്സ് ഓഫ് ദ ഐ

ചിംഗ്, ദ മിറക്കിൾ ഓഫ് മൈൻഡ് ഡൈനാമിക്സ്, യുവർ ഇൻഫിനിറ്റ് പവർ റ്റു ബി റിച്ച്, ദ കോസ്മിക് പവർ വിത്തിൻ യു, ബിലീവ് ഇൻ യുവേഴ്സെൽഫ്, തുടങ്ങിയവ അദ്ദേഹത്തിന്റെ പ്രധാന കൃതികളാണ്.

1981 ഡിസംബറിൽ അദ്ദേഹം അന്തരിച്ചു. അദ്ദേഹത്തിന്റെ പത്നിയായ ഡോ. ജീൻ മർഫി ഇതേ മേഖലയിൽത്തന്നെ പ്രവർത്തിച്ചുകൊണ്ടിരിക്കുന്നു.